I0669304

हिंदू

(कादंबरी)

शरणकुमार लिंबाळे

दिलीपराज प्रकाशन प्रा. लि.

२५१ क, शनिवार पेठ, पुणे - ४११ ०३०.

ISBN : 81 - 7294 - 426 - 8

प्रकाशक । राजीव दत्तात्रय बर्वे । मॅनेजिंग डायरेक्टर ।
दिलीपराज प्रकाशन प्रा. लि. । २५१ क, शनिवार पेठ । पुणे ४११०३०.
दूरध्वनी क्रमांक (फॅक्ससहित)
२४४७१७२३ । २४४८३९९५ । २४४९५३१४
Email- diliprajprakashan@yahoo.in
Web - www.diliprajprakashan.in

© सौ. कुसुम शरणकुमार लिंबाळे

लेखक
शरणकुमार लिंबाळे
सुयोगकुंज । समर्थनगर,
नवी सांगवी । पुणे ४११०२७.
sharankumarlimbale@yahoo.com

मुद्रक । Repro India Ltd,
Mumbai.

चतुर्थावृत्ती । ६ डिसेंबर २०१४

प्रकाशन क्रमांक । ११०६

अक्षरजुळणी । सौ. मधुमिता राजीव बर्वे
पितृछाया मुद्रणालय । ९०९, रविवार पेठ । पुणे ४११००२.

मुखपृष्ठ । शिरीष घाटे

रेखाटने । भ. मा. परसावळे / आनंद गायकवाड / बळी खैरे /
दिलीप सूर्यवंशी / आंबेडकरी साहित्य अकादमी, यवतमाळ

या पुस्तकातील कोणताही मजकूर, कोणत्याही स्वरूपात वा माध्यमात पुनःप्रकाशित अथवा संग्रहित करण्यासाठी लेखक व प्रकाशकाची लेखी पूर्वपरवानगी घेणे बंधनकारक आहे.

मा. ना. सुशीलकुमारजी शिंदेसाहेब
उर्जा मंत्री, भारत सरकार, नवी दिल्ली
यांना श्रद्धापूर्वक

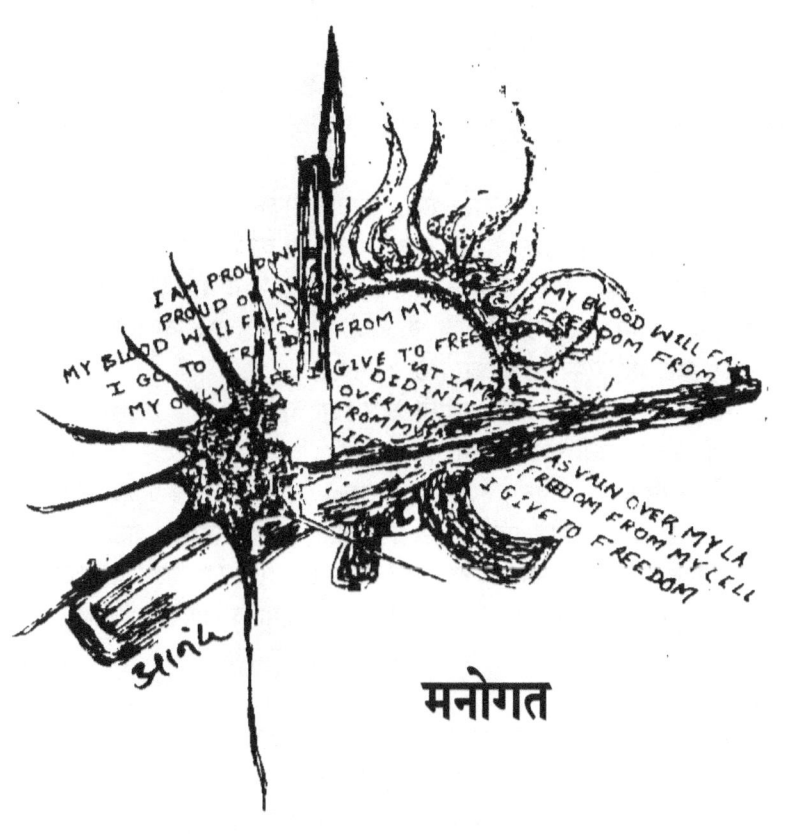

मनोगत

खूप दिवसांपासून काही लिहून होत नव्हतं; ह्याची अस्वस्थता सतत बोचत होती. लिहावं वाटायचं, पण काय लिहावं ह्याचं उत्तर मिळायचं नाही. मनातलं रिकामपण भरून यायचं नाही. दुष्काळी भागातल्या शेतकऱ्यानं आभाळाकडं आशेनं जसं पाहावं, तसा मी लेखणीकडं पाहत होतो. आभाळ भरून यावं, ढगांनी गर्जना करावी, विजा चमकाव्यात, वादळी वारा सुटावा, टपोरे थेंब मातीवर पडावेत, लोक बेभान होऊन आसऱ्याकडे धावावेत असं सृजनाच्या प्रदेशात घडत नव्हतं. एकीकडे घरातल्या अडचणी, कर्जाचे वाढत जाणारे डोंगर, नोकरीचा उपद्व्याप ढगांना पांगवित होता; तर दुसरीकडे देशात घडणाऱ्या अतिरेकी कारवाया, हिंसा, भ्रष्टाचार, बेकारी, वाढणारी लोकसंख्या, जातीय दंगली, चंगळवाद आणि गुन्हेगारी ह्यामुळे संवेदना बोथट होत होती. ह्या जीवघेण्या कोलाहलात स्वत:चा आवाज जपून ठेवायचा, राजरोस चाललेल्या लिलावात स्वत:ची नजर दडपून ठेवायची, प्रचंड भाऊगर्दीत

स्वत:चा चेहरा सांभाळून ठेवायचा, बेकाबू गुंडांच्या जमावापुढे स्वत:च्या ओठांना सक्तीने बंद ठेवायचं, ही मनाविरुद्ध मनात चाललेली घुसमट मला लिहिण्यास मजबूर करत होती. माझं स्वत:विषयीचं चिंतन, विश्लेषण अपुरं पडत होतं. माझी कल्पना, प्रतिभा हतबल ठरत होती आणि मी लिहिण्याचं टाळत होतो. हे असंच घडत गेलं तर एका लेखकाची हत्या होईल म्हणून मी सावध झालो.

आता लिहायचं, जसं सुचेल तसं, जितकं सुचेल तितकं. चळवळीसाठी. चळवळ स्वत:च्या वेगानं धावत असते. काळाबरोबर. ती कार्यकर्त्यासाठी थांबत नाही. ती नेतृत्वाची वाट पाहत नाही. चळवळ म्हणजे समाजाची समग्र सांस्कृतिक हालचाल. बांधिलकीच्या नावाने चळवळीत आणि चळवळीबाहेर वावरणारे खूपजण असतात. त्या सर्वांना चळवळ समजलेली असते असे नाही.

मला 'सात आंधळे आणि हत्तीची गोष्ट' आठवते.

आंधळ्यांना हत्ती कसा दिसतो ?

जो हत्तीचे कान पकडतो, त्याला सुपासारखा. जो हत्तीचे पाय पकडतो, त्याला खांबासारखा. जो हत्तीचे पोट पकडतो, त्याला हत्ती आभाळासारखा वाटतो. विराट चळवळीचे शिंतोडे पकडून समग्र चळवळीची चिकित्सा करता येत नाही. चळवळीतले प्रत्येक शीत हे स्वयंभू, स्वयंप्रेरित जसे असते; तसे ते सामूहिक आणि सांघिकवृत्तीचेही असते. ह्या वृत्ती-प्रवृत्ती कुठल्या प्रयोगशाळेत रक्त, लघवीसारख्या तपासता येत नाहीत.

चळवळीचे भांडवल करून जगणाऱ्या काही भ्रष्ट प्रवृत्ती समाजात वावरत असतात. ह्या भ्रष्ट प्रवृत्ती प्रत्येक चळवळीत आणि प्रत्येक काळात असतात. लोकांच्या प्रश्नांकडे स्वत:ची तुंबडी भरून घेण्याचं साधन म्हणून पाहणाऱ्या प्रवृत्ती काही कमी नाहीत. विकल्या जाणाऱ्या, हरघडी तडजोडी करणाऱ्या, स्वार्थाने बरबटलेल्या प्रवृत्ती जशा आहेत, तशा डोळ्यात तेल घालून जागणाऱ्या, समाजाविषयी अहोरात्र काळजी करणाऱ्याही प्रवृत्ती आहेत.

दलितांवर होणारा अन्याय-अत्याचार हा अनेक पदरी असतो. त्यामागे अनेक शक्ती कार्यरत झालेल्या असतात. त्यातल्या काही बाजारू वृत्तींना उघडे पाडणे आवश्यक वाटले. त्यानिमित्ताने समकालीन स्पंदनंही शब्दात पकडण्याचा प्रयत्न करता आला. ही कलाकृती प्रत्येक आंधळ्याने वाचावी आणि आपल्या आंधळेपणाच्या आधारे अन्वयार्थ लावावा. वाचक हा सात आंधळ्यांसारखाच असतो हे जितकं खरं तितकंच लेखकही आपल्या कलाकृतीविषयी ठार आंधळा असतो. कलावंताच्या मनातले तमाम मनसुबे उधळत स्वत:च्या स्वयंभू चालीने जेव्हा लेखणीतून प्रतिभा स्त्रवू लागते तेव्हा कलावंत हा नाममात्र उरतो. त्याच्या देहिक असण्याला तसा काही अर्थ नसतो. कलावंताचा देह हा एका अनर्थासारखा असतो. कलावंताची जेव्ह

लेखणीवर हुकूमत चालत नाही, तो जेव्हा केवळ एका निर्मितीचा साक्षीदार असतो, तेव्हाच खरी कलाकृती जन्म घेत असते. जेव्हा कलावंत वाटाड्या बनतो तेव्हा कलाकृती सृजनाच्या हरेक स्तरावर नजर हरवून बसलेली दिसेल. न्यायासाठी, स्वातंत्र्यासाठी, समतेसाठी, बंधुतेसाठी अविश्रांत धडपडणाऱ्या माणसाचा संघर्ष मला सुंदर वाटतो. प्रत्येक माणूस हा सत्याग्रहासारखाच असतो. सामान्य माणसाचं जगणं मला नेहमीच ऊर्जा देत आलंय. सामान्य माणसांचे शोषण करणाऱ्या प्रवृत्ती पावलोपावली असतात. त्यांना हेरून उघडं पाडता आलं नाही, तर अशा अधम प्रवृत्ती सामान्य माणसाचे कैवारी म्हणून स्वत:चे सत्कार करून घेऊन लागतात. ह्या ढोंगाला उघडं केलं पाहिजे.

अयोध्येमध्ये राममंदिर बांधण्याच्या प्रश्नावर हिंदू संघटनांनी रान पेटवलं आणि कारसेवकांनी बाबरी मशिद पाडली. ह्या घटनेपासून देशातलं सामाजिक वातावरण बदलू लागलं. मुंबईची दंगल, मुंबईत झालेला बॉम्बस्फोट, काश्मिरमधल्या अतिरेकी कारवाया, संसदेवर झालेला हल्ला ह्यामुळे देशातील शांतता धुसमत राहिली. राजकीय दहशतवादाने ह्या देशातील सौख्य रक्तलांछित केले. ह्या दहशतवादाविरूद्ध चर्चा सुरू झाल्या. राजकीय दहशतवादाने साऱ्या विश्वालाच विळखा घातला आहे. पण गेल्या हजारो वर्षांपासून सामाजिक दहशतवाद राजरोसपणे चालू आहे. त्याची मात्र चर्चा होत नाही. दलितांवर हजारो वर्षांपासून अन्याय - अत्याचार होत आहेत, त्याच्याकडे काणाडोळा केला जातो. ह्या देशातील हिंदू वास्तव उग्ररूप धारण करत आहे. जातीय दंगली, सामाजिक तणाव आणि असुरक्षितता ह्यामुळे मी अस्वस्थ झालो आहे. वाढती गुन्हेगारी, बेकारी आणि भ्रष्टाचार ह्यामुळे माझी घुसमट होते आहे. ही अस्वस्थता, ही घुसमट माझ्या लेखनाच्या तळाशी आहे.

हिंदू समाजातील विषम ताणेबाणे आणि विकृत जातिव्यवस्थेची चिरफाड करण्यासाठीच ही 'हिंदू' कादंबरी लिहिली आहे. आपल्या देशावरील जाती व्यवस्थेचा कलंक नष्ट झाल्याशिवाय हा देश सुंदर होणार नाही. जाती व्यवस्थेविरुद्ध बोलणे म्हणजे आपल्या राष्ट्राच्या ऐक्याची, सौंदर्याची भाषा बोलणे होय.

- शरणकुमार लिंबाळे

''अरे ऐका रेऽ
रेड्याला गीता सांगणाऱ्यांनो
गाढवाला गंगा पाजणाऱ्यांनो
मुंग्याना साखर घालणाऱ्यांनो
सापाला दूध पाजणाऱ्यांनो
वड, तुळस, झाडाझुडुपांची पूजा करणाऱ्यांनो
गोमूत्र पवित्र मानणाऱ्यांनो
अरे ऐका रेऽ
तुमच्या मंदिरात कुत्री मांजरं गेलेली चालतात
पण शूद्र गेलेला चालत नाही
तुमच्या पाणवठ्यावर पशू, पक्षी पाणी प्यालेले चालते
पण शूद्र पाणी प्यालेला चालत नाही
कारण तो 'हिंदू' आहे.''

माझे हात बोधीवृक्षाच्या फांद्यांगत झुलत होते. अंगभर चीवर लोळत होतं. धर्मचक्रावरील करोडो मंत्र माझ्या ओठांवर उतरत होते. माझं मन वज्रासन बनलं होतं. माझ्या अणूरेणूत 'बुद्धम् सरणम् गच्छामी' चा घोष निनादत होता. आपण श्रामणेर झालं पाहिजे. उर्वरित आयुष्य धम्मकार्यात घालवलं पाहिजे. मनात निश्चयाचे स्तूप निर्माण होत होते.

रमा बाबरचा आवाज कानांवर आला आणि ध्यान भग्न झालं. ती दवासारखी पापण्यांवर पसरली. तिच्या देहानं धुकं नेसलं होतं. तिच्या स्पर्शानं माझ्या शरीरात अस्वलं नाचू लागली.

माझ्या मनाचं महानिर्वाण होवो !
माझ्या मनातील तमाम वाममार्गांना संबोधी प्राप्त होवो !

माझ्या मनात पापाचं भीषण जंगल का वाढतंय ?

माझ्या मनात वावरणारी श्वापदं कुठल्या अभयारण्यातून पळून आलीत ?
ह्या पाशवीप्रवृत्तींना माझाच देह का सुरक्षित वाटतोय ?

गेल्या वर्षी मी आणि रमा बाबर एका व्यासपीठावर होतो. शेजारी शेजारी बसलेलो. माझे थोरले मेहुणे कसबे गुरुजी ह्यांनी कार्यक्रमाचं आयोजन केलेलं. अगोदर ती बोलली, नंतर मी. तिचा पहाडी आवाज, घणाघाती विधानं आणि श्रोत्यांच्या प्रतिसाद देणाऱ्या टाळ्या ह्यामुळे सभा उसळलेल्या दर्यासारखी वाटायची. मी बोललो. टाळ्या पडल्या नाहीत. ती म्हणाली, 'चांगलं बोललात.' मी मंद हसलो.

'शिवजयंती आणि भीम जयंती एकत्र साजरी झाली पाहिजे; ही काळाची गरज आहे. शिवाजी महाराजांनी यवनी सत्तेविरुद्ध लढा दिला, तर बाबासाहेबांनी जातिव्यवस्थेविरुद्ध. शिवाजी महाराजांनी मावळ्यांना गुलामीविरुद्ध उभं केलं, तर बाबासाहेबांनी दलितांना. शिवाजी महाराज स्वभाषा, स्वधर्म आणि स्वराज्यासाठी लढले, तर बाबासाहेब समता, स्वातंत्र्य आणि न्यायासाठी. ह्या दोन महापुरुषांच्या कार्याच्या तुलनेत आजच्या चळवळीला दिशा सापडू शकेल.' मला माझं भाषण आठवत होतं. अगदी ओढून ताणून 'शिवशक्ती' आणि 'भीमशक्ती' एकत्र आवळण्याचा प्रयत्न केला होता.

'शिवजंयती आणि भीमजंयती एकत्र साजरी करण्याची गरज नाही. आपण शिवाजी महाराजांचा फोटो लावतो पण ते बाबासाहेबांचा फोटो लावत नाहीत. मग आपल्यालाच काय गरज पडली ? की आपण भीतीपोटी एकत्र येण्याची भाषा बोलत आहोत ? भयापोटी एकत्र येणं म्हणजे दीर्घकाळ हिंसेला शरण जाणं होय' निकम मामा आणि चंद्रकांत अंभोरेनं पत्रक काढून ह्या कार्यक्रमाला विरोध केला होता. त्यामुळे कार्यक्रमाला उपस्थिती कमीच होती.

शिवशक्ती आणि भीमशक्ती एकत्र का येऊ नये ? शिवशक्तीने हिंदुत्वाला दूर ठेवले पाहिजे. ह्या परस्पर दोन विरोधी शक्ती एकत्र आल्या तर सामाजिक तणाव निवळेल. भीमशक्तीने परिवर्तनवादी हिंदुंवर विश्वास

ठेवला पाहिजे. सर्वांनाच हिंदुत्ववादी म्हणून धोपटण्याने अडचणच होईल.

रमा बाबर, प्रा. राहुल बनसोडे आणि याकूब शेख घाईत होते. तरीही त्यांनी माझ्यासाठी वेळ दिला. ते घाईगर्दीत निघून गेले. त्यांचं पाठमोरं होणं अस्वस्थ करत होतं.

रमा बाबर अविवाहित होती. तिनं आपलं आयुष्य चळवळीला अर्पण केलं होतं. प्रा. राहुल बनसोडेंना संस्थेनं नोकरीवरून काढून टाकलं होतं. त्यांची कोर्टात केस चालू होती. याकूब शेख माजी नगरसेवक होता.

रमा बाबर सावळी असली तरी नाका डोळ्यानं ती आकर्षक वाटायची. तिचं अविवाहितपण हे तिच्या व्यक्तिमत्त्वाचं ठळक विशेषण होतं. तिला पाहिलं की तिच्या कामजीवनाविषयी मनात अनेक तर्क वितर्क निर्माण व्हायचे. तिचा कपड्यांचा शौक आणि तिचे दागिन्याचे वेड सर्वांना माहिती होते. तिच्याकडे अनेक चपलांचे जोड होते. तिचं सुशोभित राहणं, नीटनेटकं वागणं, मोकळं चाकळं बोलणं ह्यामुळे तिच्याविषयी अफवांची भरमार असायची. सध्या ती प्रा. राहुल बनसोडे ह्यांच्याबरोबर काम करत होती.

प्रा. राहुल बनसोडे नोकरी गेल्यापासून संघर्ष करत होते. चळवळीत वावरत होते. त्यांनी कष्ट करून नेतृत्व कमावलं होतं. ते लोकांकडून पैसे न घेता लोकांची कामं करत. त्यामुळे त्यांची लोकांत चांगली इमेज होती. त्यांच्या हाकेला सहज दहा पाच कार्यकर्ते जमत. त्यांनी रमा बाबर आणि याकूब शेखला कार्यकारिणीवर घेतलं होतं. याकूब शेख चळवळीसाठी सढळ हाताने मदत करायचा.

याकूब शेखवर अनेक गुन्हे होते. तो दलित चळवळीत काम करू लागल्यामुळे त्याच्या मागचा पोलिसांचा ससेमिरा कमी झाला होता. त्याने अनेकांकडून खंडणी घेऊन हॉटेल बांधले होते. त्याचा हॉटेल व्यवसायात जम बसला होता. त्याचे 'हॉटेल दिल्ली दरबार' नॉन व्हेजसाठी फेमस होते.

हॉटेल दिल्ली दरबारला वळसा घालून मी सुभाष चौकात आलो.

डोक्यात विचारानं थैमानं घातलं होतं.

ह्या देशात हिंदू बहुसंख्य आहेत. ह्या देशात बहुसंख्याकांची लोकशाही आहे. अल्पसंख्याकांचं काय ?

दलितांनी बहुसंख्यांकांबरोबर जावं की अल्पसंख्यांकांबरोबर ? भीमशक्ती आणि मुस्लिमशक्ती एक का होऊ नये ? अनेक दलितांनी इस्लाम धर्म स्वीकारलेला आहे.

भयापोटी एकत्र येणं अनैसर्गिक आहे. लांडग्याच्या भयापोटी शेरडांना रात्रीपुरतं कोंडता येईल. कायमचं नाही. दलितांनी सवर्णांचं भय का म्हणून बाळगावं ? अल्पसंख्य आहोत म्हणून ? मग बहुसंख्य होण्याचे पर्याय धुंडाळले पाहिजेत. एक तर बेसुमार मुलांना जन्म दिला पाहिजे, त्यांना गुंडगिरी शिकवली पाहिजे, नाहीतर परधर्मात प्रवेश केला पाहिजे. 'मी हिंदू म्हणून जन्मलो त्याला माझा नाईलाज होता. पण मी हिंदू म्हणून मरणार नाही' मला बाबासाहेब आंबेडकरांची प्रतिज्ञा आठवत होती.

रस्त्यात कसबे गुरूजी भेटले. ते थांबले. मी थांबलो. ते माझे थोरले मेहुणे. त्यांनी आपल्या बहिणीची चौकशी केली. अगदी सवयीप्रमाणे आम्ही रस्त्याच्या कडेला थांबलो. दोन बौद्ध भिक्षु रिक्षातून जाताना दिसले. आमचं उभ्या उभ्यानंच बोलणं सुरू झालं होतं.

'तात्या कांबळे भेटले की तुमची आठवण काढतात.'

'जुना मित्र आहे.'

'ते गावचे पाटील होणार म्हणून चर्चा आहे.'

'म्हणजे ?'

'येत्या दोन वर्षांत रामभाऊ कावळे रिटायर होतील. त्यानंतर तात्या कांबळेचा नंबर लागेल. सध्या दलितांना कायद्यानं पाटीलकी मिळू लागली आहे ना ?'

'तात्या कांबळे गावाचा नाही, चळवळीचा पाटील आहे. तो गावाचा पाटील झाल्यावर गावोगावी जलसा कोण करेल ?'

'रामभाऊ कावळे तर कसा गप्प बसेल ? परंपरेने चालत आलेली पाटीलकी तो महारवाड्यात कसा जाऊ देईल ? तो त्याच्या

पोरालाच पाटील करेल.'

'गावची पाटीलकी कोणीही करेल. पण त्यानं जलशात उभा केलेला मग्रूर पाटील दुसरा कोणी करू शकणार नाही. तात्याचा आवाज, त्याचा हावभाव, त्याची वेशभूषा, रंगभूषा हा आपल्या चळवळीचा ऐवज आहे. कबीर कांबळे जलसा लिहितो. तात्या कांबळे जलसा करतो. हे दोन डोळे आहेत आपले.'

पंडित कानडे आला. आमचं जयभीम झालं. आम्ही चहासाठी इराण्याच्या हॉटेलमध्ये गेलो. गेल्या वेळी मी माझी पत्नी लक्ष्मी आणि मुलगी प्रज्ञा ह्यांना इथं चहा पाजला होता. इराण्याच्या हॉटेलमधल्या चहाची टेस्ट मला खूप आवडते. केवळ चहा पिण्यासाठी मी अनेकवेळा ह्या हॉटेलात येत असतो.

पंडित कानडे आणि मी एकाच शाळेत शिक्षक आहोत. महानगरपालिकेच्या. मी, कानडे आणि कसबे एकदाच नोकरीला लागलो. एकाच व्यवसायामुळे आम्ही जिवाभावाचे मित्र झालो. पंडित कानडेच्या पुढाकारामुळेच माझं कसबे गुरुजींच्या बहिणीबरोबर लग्न झालं. माझ्याच नात्यातली मुलगी मी कानडेला करून दिली. त्यामुळं आमचं त्रिकूट जमलं होतं. आम्ही एकत्र यायचो आणि चळवळीवर चर्चा करायचो.

'प्रा. राहुल बनसोडे जोरात आहे.'

'त्याला पुढच्या निवडणुकीत उभं राहायचंय.'

'गावागावात त्याचे बोर्ड उभे राहिलेत.'

'बोर्ड उभे राहिले म्हणजे चळवळ उभी राहिली असे होत नाही. माणसं उभी राहिली पाहिजेत.'

'माणसं मोडून पडलीत. बाबासाहेबांचे नाव घेत प्रत्येक नेत्यानं समाजाला फसवलं आहे.'

'हिजड्याच्या बायकोसारखं आहे आपलं राजकारणं'

पंडित कानडेनं बिल दिलं आणि आम्ही हॉटेलबाहेर पडलो. कानडे आणि कसबे बौद्ध विहाराकडे गेले. ते दर गुरुवारी सामुदायिक बुद्धवंदना घ्यायचे. कसबे गुरुजींची अचलपूरला बदली झाल्यापासून त्यांचं धम्म कार्याकडं दुर्लक्ष होत होतं. तरीही ते वेळ काढत होते.

दलितांनी बौद्ध धम्माचं अनुसरण सुरू केलं होतं. त्यांनी आपल्या घरातील हिंदू देव देवता उकिरड्यावर फेकून दिल्या होत्या. घरातील हिंदू देवतांच्या मूर्ती जमिनीत गाडल्या होत्या. दलितांनी नवी श्रद्धा स्वीकारली होती. नवी उपासना पद्धती स्वीकारली होती. माझ्या घरी अजूनही हिंदू देव देवता होत्या. लक्ष्मी त्यांची चोरून पूजा करायची. घरी एखादा कार्यकर्ता आला की ह्या मूर्ती चोरून ठेवाव्या लागत. हॉलमध्ये बाबासाहेब आणि बुद्ध होते. किचनमध्ये हिंदू देव देवता होत्या.

मी जेव्हा जेव्हा हतबल होतो, लाचार होतो तेव्हा तेव्हा हिंदू देव देवतांपुढे हात जोडून उभा राहतो. मी जेव्हा जेव्हा आत्मविश्वासाने फुलून येतो, मला क्रांतीची स्वप्नं पडू लागतात तेव्हा तेव्हा मी बाबासाहेब आंबेडकर आणि गौतम बुद्धाच्या प्रतिमांपुढे नतमस्तक होऊन उभा राहतो.

मी विचार करत घराकडे निघालो होतो. रस्ता मागे पडत होता. पावलं पुढं. मागून कार आली आणि माझ्याजवळ थांबली. अगदी अचानक. ज्यांना मी गेले अनेक दिवस टाळत होतो; त्यांच्या तावडीत आज सहज सापडलो होतो. गोपीचंद आणि माणिकचंद माझ्याकडे शिकाऱ्यासारखे पाहत होते. मी त्यांच्याकडे पाहून विनाकारण हसलो. त्यांनी मला बरोबर गाठलं होतं.

'सापडलास की नाही ?'

'कोणी सांगितलं ?'

'मराठे हवालदारानं.'

'म्हणजे पोलिसांची नजर आहे आमच्यावर.'

'पोलीस काय चोरावरही नजर ठेवतात. चल.'

माणिकचंद टाचणी टोचण्यात पटाईत होता. माणिकचंद आणि गोपीचंद हे दोघे जुळे. ते बंकट शेठजीचे घरजावई होते. सासऱ्याच्या जीवावर ते रुबाब करायचे. दोघे हिशेबात कंजूष होते. तरीही ते माझ्यावर पैसे उधळायचे. खाण्या-पिण्यात कमी करत नसत. त्यांनी मला कधीच खर्च करू दिलं नाही. त्यांच्याबरोबर माझी अनेकवेळा भांडणं झाली होती, वाद झाला होता, तरीही त्यांनी माझा पिच्छा सोडला नव्हता.

त्यांचं माझं अनेक बाबतीत दुमत व्हायचं, तरीही आम्ही भेटतच होतो. माणिकचंद आणि गोपीचंदमुळे मला जगण्याची दुसरी बाजू कळाली. भोग आणि स्वार्थाच्या घाणीत बुडालेलं माझं शरीर मी स्वच्छ करण्याचा प्रयत्न करत होतो. पण माझं मन मैल्यानं तुडुंब भरलं होतं. माणिकचंद आणि गोपीचंदची मैत्री कशी तोडावी हे कळत नव्हतं.

माणिकचंद आणि गोपीचंद भरल्या बाजारासारखे दिसायचे. त्यांच्या चेहऱ्यावर सतत कसला तरी लिलाव चाललेला असायचा. त्यांचे ओठ नेहमी बोली बोलत. त्यांचं वागणं हे पेठेतल्या व्यवहारासारखं वाटायचं. ते साधंही बोलले तरी डाफरून बोलत. दुसऱ्याला नोकर समजूनच ते वागत. त्यांच्या अशा स्वभावाचा मला तिटकारा आला होता.

दोघांचं हसणं सारखं होतं. बोलणं सारखं होतं. देह सारखा होता. फरक होता तो दोघांच्या उंचीत. गोपीचंदपेक्षा माणिकचंद दोन इंच लहान होता.

'साला ऽ रास्कल, गांगुर्डे भेटला पण बोलला नाही.'

'मलाही दिसला.'

'पी एस आय झाला म्हणजे आभाळाला हात पोहचतो असं नाही. हराम्यानं आमचे पैसे बुडवले. एक दिवस त्याची वर्दी उतरवेन. लिहून ठेव.'

माणिकचंदचा मोबाईल वाजला. दोघात एक मोबाईल होता. दोघात एक ओमनी. दोघात एक बायको नव्हती हे नशीब. ते दोघे भाऊ असूनही मित्रासारखे वागत. दोघांना एक बाई चालायची. सिताफळेनं मोबाईल केला होता. माणिकचंद त्याच्या नावानं ओरडत होता. 'हा नेहमी दांड्या मारतो. येतो म्हणून येत नाही.' माणिकचंद वैतागला होता.

'मला वाटलंच होतं हा येणार नाही.' गोपीचंद.

'मीही येणार नाही.' मी.

'तुला यावं लागेल.' माणिकचंद.

'मला जमणार नाही.' मी.

'आज सिताफळे नाही. तुला सोडणार नाही.' माणिकचंद

'वाईट सवयी जळवांसारख्या चिकटतायत. त्याचं काय ?' मी.

‘वय संपल्यानंतर विषयोपभोगात काय मजा ?’ गोपीचंद.

‘तुमचं ठीक आहे. घरजावई आहात.’ मी.

‘गेल्या जन्मी पुण्य केलं होतं. ह्या जन्मी पाप करतोय.’ माणिकचंद

‘तू गेल्या जन्मी पाप केलं असणार म्हणून महार झालास.’ गोपीचंद

‘माझा गेल्या जन्मावर विश्वास नाही.’ मी.

‘चल गाडीत बस.’ गोपीचंद.

‘प्लीज जबरदस्ती नको.’ मी.

‘तू बाई आहेस का बळजबरी करायला ?’ माणिकचंद.

माणिकचंद आणि गोपीचंदनी मला नेहमीप्रमाणे गाडीत ढकललं होतं. त्यांच्या लेखी मी बारदानाचे बंडल होतो. गोपीचंदने गाडी स्टार्ट केली आणि माणिकचंदने आपले तोंड. ‘ सासऱ्याचं ऐकावं लागतं. आम्ही घरजावई पडलो. ‘शेतावर जा’ म्हणून त्यांचा ठोमणा चालू असतो. दिवसा धंद्यात वेळ मिळत नाही. महिन्यातून एकदा मुक्कामाला येतो. तेवढाच चेंज. कधी तू असतोस तर कधी सिताफळे. आज सिताफळे नाही. त्यामुळे पोरगी नाही. मस्त खाऊ पिऊ. वॉचमनला सांगून ठेवलेय. सदानंद सगळी व्यवस्था करेल’ माणिकचंद लांबलचक स्वगत बोलत होता. मी मनातल्या मनात चिडलो होतो.

मी अत्यंत दारिद्र्यातून वर आलो होतो. त्याकाळी शेठ सावकारांपुढे उभे राहण्याची माझी हिंमत होत नसे. आज मी माणिकचंद आणि गोपीचंदच्या गाडीतून फिरत होतो. त्यांचा मोबाईल वापरत होतो. त्यांच्या घरी जात होतो. हा बदल सुखावह वाटत होता. आजही सवर्णांबरोबर समानतेने बसून दलितांना पाणी पिता येत नाही. मी त्यांच्याबरोबर दारू पित होतो. अधूनमधून असे स्वैर फेरफटके मारल्याने चळवळीशी असलेली बांधिलकी संपते ? हे कसे काय ? चळवळीतली माणसं काय यंत्रं असतात ? त्यांनाही शिस्न असते. खिसे असतात. पोट असतं.

गोपीचंद सुसाट वेगाने वाहनांना ओव्हरटेक करत होता. त्याला कधी कोणी ओव्हरटेक केलेलं आवडत नसे. माणिकचंदचं हसणं

बिअरसारखं फसफसत होतं. मलाही खाज सुटली होती. मला त्यांचा बायका पिसण्याचा डाव परिचयाचा होता. मला दारूत बुडवतील, ब्ल्यू फिल्म दाखवतील, बाईपुढं नागवं करतील. माझ्या मस्तकात गरम पाण्याचे फवारे उडू लागले होते. शिस्नानं सैल व्हावं तसा माझा मूड सैल होत होता. माझं शरीर प्रसरण पावत होतं. अशावेळीही मला सुभाषित सुचत होते.

'संयमाने संभोगाला पालवी फुटते. देहाचा समुद्र होतो. संयम सुटला की समुद्राचे सांडपाणी होते.'

मी मनातल्या मनात पंचशील त्रिशरण म्हणत होतो.

'कसला विचार करतो रे. घरी बोलायचं असेल तर आत्ताच बोलून घे. पुन्हा रेंज मिळणार नाही.' माणिकचंद.

'बायको बोंब ठोकेल माझ्या नावानं.' मी.

'तुला दुसरी बायको करून द्यायची का सांग ?' गोपीचंद.

'एक सांभाळणं होईना. दुसरी कशी सांभाळणार !' मी.

'बायको तुझ्या नावावर राहू दे. सांभाळतो आम्ही.' माणिकचंद.

'फोन लाव.' मी

माणिकचंदनं फोन लावून मोबाईल माझ्याकडं दिला. प्रज्ञानं फोन उचलला. 'आई कोठे गेली ? आज घरी येणार नाही. तुम्ही जेवून घ्या. उद्या सकाळी येईन. माणिकचंद आणि गोपीचंदबरोबर. आईला सांग.' फोन झाला. मी मोकळा झालो. माझ्या मनाने कासवासारखी मान बाहेर काढली. मी काचेतून बाहरे पाहिलं. टू व्हिलरवर एक बाप्या बाईला घेऊन चालला होता. बाई चेकाळली होती. खूपच खेटून बसली होती. तिची उघडी गोरी मान पाहून माझंही मन चवताळलं होतं. साली ऽ सेक्सी आहे. हिचा खांदा करकचून चावला पाहिजे.

गोपीचंदनं गाडी पुढं काढली होती. माझी दाढ ठणकत होती.

एकेक दात आता सडत होता.

'आज माल नाही का ?' मी.

'आज उपवास' माणिकचंद.

'आमच्या वॉचमनला सांगतो साडी नेसायला. जलशातला नाच्या

आहे.' गोपीचंद.

'अरे, तुमचा वॉचमन माझ्या ओळखीचा आहे. त्याचा भाऊ तात्या कांबळे माझा मित्र आहे. त्याच्यापुढे माझी अडचण होते.' मी.

'त्याला सगळं माहीत आहे. चल. नाटक करू नको.' माणिकचंद.

कार हाय वे सोडून धरणगावच्या रस्त्याला लागली होती. सूर्याचा लालबूंद गोळा डोंगराआड होत होता. क्षितिजाने जणू कुंकू लावले होते. पक्ष्यांचे थवे घरट्याकडे परतत होते. रानातली माणसं घराकडे निघाली होती. खोडकर जनावरं कळपात मस्ती करत होती. कामकरी स्त्रिया चेष्टामस्करी करत वाट उरकत होत्या. जनावरं राखणारी मुलं कारकडे पाहून नमस्कार ठोकत होती. अंधार पसरत होता.

कच्च्या रस्त्यावर गाडी नाचत होती. 'साला ऽ रस्ता फार खराब आहे' माणिकचंद सिगारेटचे झुरके घेत बोलत होता. 'आपल्या फार्महाऊसपर्यंत डांबरी रोड झाला पाहिजे' गोपीचंद पुटपुटत होता. 'त्यासाठी आमदार आपला पाहिजे' माणिकचंदने सिगारेट फेकून दिली. त्याचं बोलणंही फेकल्यासारखंच होतं.

'पुढच्या निवडणुकीत मिलिंदला उभं करू.' गोपीचंद.

'मला नोकरी सोडावी लागेल.' मी.

'निवडून आलास तर सगळ्यांचं कल्याण होईल.' गोपीचंद.

'पडलो तर ऽ ?' मी

'वॉचमनची नोकरी देतो. काळजी करू नको.' माणिकचंद.

'ह्यावेळी प्रा. राहुल बनसोडे निवडणुकीला उभा राहील. त्याची तयारी चालू आहे.' मी.

'साहेब उभारणार नाहीत ?' गोपीचंद.

'रोहिदास तर उभारणारच. पण ह्यावेळची निवडणूक मात्र टफ होईल.' मी.

गोपीचंदने हेडलाईट्स लावले. माणिकचंदने रात्रीचा नमस्कार करून घेतला. धरणगाव ओलांडून कार गावाबाहेर पडत होती. भीमनगरमध्ये रोषणाई केली होती. लाऊड स्पीकरवर गाणी वाजत होती. लहान मुलं

मंडपात नाचत होती. बाबासाहेब आंबेडकर नावाचं वादळ झोपडी झोपडीपर्यंत पोहचलं होतं.

माझ्या शरीराचा चिखल झाला होता. मी चिखल तुडवित होतो. सगळे आयुष्य कर्जाचे हप्ते फेडण्यात संपणार. कर्जाच्या ओझ्यानं घर वाकलं होतं. माझ्या मनात कीडा वळवळत होता. गोपीचंद मावा चघळत होता.

'रश्मीचं पुढं काय झालं ?'

'तिला एड्स झाला. आणखी काय होणार ?'

'आपणही तपासून घेतलं पाहिजे'

'मी बायकोबरोबरही निरोध लावून झोपतो. आपलं काही होवो. ती जगली पाहिजे. पोरांना आई पाहिजे.'

अचलपूर जवळ आलं होतं आणि कॉलेज लाईफ आठवत होतं. अचलपूर मधू कावळेचं गाव. त्याचे वडील रामभाऊ कावळे. ह्या गावचे पाटील. इथं एन्. एस्. एस्. चे शिबिर झालं होतं. शेवटच्या दिवशी आम्ही कावळेच्या वाड्यात जेवलो होतो. मी, अनिरुद्ध, चिन्मय देशमुख, रवींद्र साने, दयानंद किणीकर, विनया प्रधान, दिलीप देसाई, रमा बाबर असे पंचवीसजण होतो. तात्या कांबळेनं नकला केल्या होत्या. अनेक अभिनेत्यांच्या आवाजात संवाद म्हणून दाखवले होते. प्रा. राहुल बनसोडेंच्या आवाजाचीही नक्कल करून दाखविली होती.

अचलपूरला निसर्गाची देणगी लाभली होती. अनेक राजकीय पुढाऱ्यांनी इथं जागा खरेदी करून ठेवल्या होत्या. अचलपूर हे डोंगराच्या कुशीतलं खेडं होतं. तीन हजार लोकसंख्या असलेलं हे ग्रामपंचायतीचं गाव होतं. प्राथमिक शाळा आणि पोस्ट ऑफिस ह्या दोनच सुधारणा ह्या गावात आल्या होत्या. बाकी तसं गाव जुनं पुराणंच होतं. कावळेचा वाडा मात्र उंचावर होता. वाड्यावरून सगळा गाव डोळ्याखाली यायचा. गावाच्या पूर्वेला फाशीचा डोंगर होता. ह्या डोंगरात इंग्रजांनी अनेक भारतीयांना फासावर लटकावलं होतं. ह्या गावाच्या दोन ठळक खुणा होत्या. एक फाशीचा डोंगर, दोन कावळेचा वाडा.

अचलपूरची अलीकडची ओळख म्हणजे तात्या कांबळेचा जलसा.

'जलसाकार' तात्या कांबळेचं गाव म्हणून ह्या गावाची ओळख वाढत होती; त्यामुळे अनेकांच्या कपाळांवर आठ्या पडत होत्या. एका महाराच्या नावानं गावाची ओळख व्हावी हे गाववाल्यांना बोचत होते.

भीमनगरला वळसा घालून कार गावात प्रवेश करत होती. भीमनगरमध्ये पताका लावल्या होत्या. समाजमंदिर रंगवलं होतं. सभा चालू होती. कोणीतरी मोठमोठ्यानं भाषण करत होतं. वक्ता बाबासाहेबांच्या नावाचा पुन:पुन्हा उच्चार करत होता. टाळ्या पडत होत्या. दोन वर्षांपूर्वी तात्या कांबळेनं मला भाषणासाठी बोलावलं होतं. आज धम्मचक्र परिवर्तन दिन साजरा केला जात होता. तोच गोपीचंद जोरात ओरडला. काच फुटावी तसा त्याचा आवाज फुटला होता. 'मारामारी ऽ' गाडीच्या हेडलाईट्सच्या झोतात प्रक्षुब्ध जमाव सैरावैरा पळताना दिसला. बघ्यांची गर्दी होत्याची नव्हती झाली. माझी नजर चौकस झाली. 'खून ऽऽ' माणिकचंद ओरडला. रस्त्याच्या कडेला रक्ताच्या थारोळ्यात तात्या कांबळेचा देह थरथरताना दिसला. 'गाडी काढ' माणिकचंद गोपीचंदवर खेकसत होता. गोपीचंदनं गाडीचा वेग वाढविला. गाडी कावळेच्या वाड्याजवळ थांबली. गोपीचंदनं हॉर्न वाजवला. रामभाऊ कावळेनं अति दक्षतेनं वाड्याचं दार उघडलं.

'पाटील ऽ कसली गडबड आहे गावात ?'

'महारांनी आंबेडकराचा कार्यक्रम केला. तुमच्या वॉचमनचा भाऊ तात्या कांबळेनं भाषण करून हिंदू धर्माला शिव्या दिल्या. हिंदुत्व ह्या देशाचा आत्मा आहे. गावातली पोरं खवळली होती. त्यांनी राडा केला असणार.'

'पाटील खून झालाय खून.'

'काय म्हणताय ?'

'तुमचा पोरगा कुठाय ? प्रभाकर ?'

'भावाकडं गेलाय. पुण्याला. मधुकरकडं.'

'गर्दीत दिसत होता.'

रामभाऊ कावळेचा चेहरा पडला होता. त्याच्या मागे त्याचा मोठा मुलगा सुधाकर चित्रविचित्र हावभाव करत उभा होता. सुधाकर मतिमंद होता. त्यानं आमच्याकडं पाहिलं. 'रामराम पावणं ऽ या. घरात या ऽ

असंच कसं जाताय ?' रामभाऊ कावळे सुधाकरला रोखत होता. सुधाकर कार पाहून उत्तेजित झाला होता. 'सुधाकर घरात हो' रामभाऊ कावळे त्याच्यावर चिडला होता. गोपीचंदनं गाडी काढली. सुधाकर जोरजोरात ओरडत होता, 'अहो पावणं ऽ जेवून जा ऽ अहो पावणं पुन्हा या.' मी भुईसपाट झालो होतो. तात्या कांबळेला मारलं. वाघासारख्या माणसाला. माझे डोळे भरून आले होते. गळा दाटला होता. हल्लेखोरांनी तात्या कांबळेला ठार करून 'जलसाकार तात्या कांबळेचं गाव' ही ओळख कायमची पुसून टाकली होती.

नाव असलेल्या आणि म्होरक्या असलेल्या दलिताचा खून करून सर्वसामान्य दलितांना धडा शिकवण्याचा हा प्रयत्न होता. हे सामाजिक दहशतवादाचे विकृत रूप आहे. हजारो वर्षांपासून दलितांच्या हत्या होताहेत. दलितांवर अन्याय, अत्याचार होतो आहे. ह्या दहशतवादाविरुद्ध कोणीच कसे बोलत नाही ? प्रत्येकजण म्हणतो, जातीभेदाचा देशांतर्गत प्रश्न सामंजस्याने सोडविण्याऐवजी त्याचे आंतरराष्ट्रीय पातळीवर कशाला प्रदर्शन करायचे ? मुळात हे प्रश्न देशात नाहीत काय ? असतील तर त्यापासून दूर पळण्याचे कारण काय ? असे प्रश्न विचारणाऱ्या दलितांची हत्या का होते ?

'तात्या कांबळेला मारलं. सदानंद कांबळे कोठे आहे कोणास ठाऊक ? आपण उगीच आलो.' माणिकचंद.

'कावळेनं तात्या कांबळेचा काटा काढला. आता आपल्या पोराला पाटील करेल.' गोपीचंद.

'आत जातील सारे. कायदा दलितांच्या बाजूने आहे. अनुसूचित जाती जमाती अत्याचार प्रतिबंध कायद्याखाली अटक झाल्यावर जामीन देखील मिळणार नाही.' मी.

'निर्दोष सुटून येतील; पैसे भरून.' माणिकचंद.

मी बधीर झालो होतो. काय करावं कळत नव्हतं. दलितांना समान हक्क मिळण्यामध्ये शास्त्रांची आडकाठी आहे. एक तर ती जाळली पाहिजेत किंवा खोटी ठरवली पाहिजेत. नाहीतर निमूटपणे शास्त्रांच्या आज्ञा पाळल्या पाहिजेत. तात्या कांबळेने ह्या शास्त्रांविरुद्ध बंड केलं

होतं.

मी जिवंत आहे की मृत ? मी कार्यकर्ता आहे की नपुंसक ? तात्या कांबळेची हत्या झाली असताना मी शांत कसा ? का त्या नंग्या तलवारी पाहून मी गर्भगळित झालो ? का त्या भयावह आरोळ्यांनी मला हादरवून सोडलं ? हल्लेखोरांच्या क्रौर्यापेक्षाही मला निष्क्रिय बघ्यांची गर्दी अस्वस्थ करत होती. मी हल्लेखोरांना कुठल्या बळावर थोपवू शकलो असतो ? जखमांनी घायाळ झालेल्या तात्या कांबळेला औपधोपचारासाठी दवाखान्यात नेऊ शकलो असतो ? माणिकचंद आणि गोपीचंदनी मदत केली असती ? काय घडलं असतं ? गुन्हेगारानं पुरावा नष्ट करावं तसं जमावानं मलाही नष्ट केलं असतं.

माझ्या डोळ्यापुढे भूतकाळातील प्रेते जिवंत होऊन नाचत होती. फाशीच्या डोंगरात त्यांनी धुमाकूळ घातला होता. स्वसंरक्षणार्थ शस्त्रे मागत होती. मी मनाच्या प्रयोगशाळेत अत्यंत स्फोटक असे बॉंब तयार करून ठेवत होतो. कावळेच्या वाड्यावर बॉंब टाकला पाहिजे. कावळेचा वाडा जमिनदारीचे प्रतिक वाटतोय. सर्व घरे शाळकरी मुलांच्या गणवेशाप्रमाणे सारखी असली पाहिजेत.

'अरे काहीतरी बोल' माणिकचंद माझ्यावर खेकसत होता. 'मी डिस्टर्ब आहे. थोडा वेळ शांत बसतो.' माझा कोसळलेला आवाज ऐकून माणिकचंद गप्प बसला. तात्या कांबळेचं प्रेत माझ्या बुब्बुळांवर पहुडलं होतं.

गोपीचंदने हॉर्न वाजविला. सदानंद काबंळे धावत आला. गेट उघडले. त्याला त्याच्या भावाची हत्या झालेली माहीत नसणार. मला सदानंद कांबळेच्या गळ्याला पडून रडावं वाटत होतं. खेडी अजूनही अज्ञानाच्या अंध:कारात चाचपडत आहेत. दलितांनी खेडी सोडली पाहिजेत. त्यांच्यासाठी स्वतंत्र वसतिस्थानाची गरज आहे. 'सदानंदला काहीच सांगायचं नाही. नाहीतर तो गावात जाईल आणि त्याचाही खतमा होईल. त्याला कळेल तेव्हा कळेल.' माणिकचंदनं मला ताकीद दिली. आणि आम्ही कारमधून उतरलो.

सदानंद कांबळे नंदीबैलासारखा उभा होता. तो म्हणजे लाचारीचं

मूर्तिमंत प्रतीकच. ज्याच्या शरीरात हाडांचा लवलेशही नसावा. सदानंद कांबळे म्हणजे आमच्या वेड्याविद्र्या इतिहासाची साक्षच. मला तात्या कांबळेचं प्रेत आठवले. तात्या कांबळेचं प्रेत म्हणजे आमच्या सुंदर वर्तमानाचा आरंभ होय. जिवंत सदानंदपेक्षा मला मृत तात्या कांबळेचा अभिमान वाटत होता.

रात्र सवर्णांच्या बाजूने काळ्या पहाडासारखी उभी होती. तात्या कांबळेच्या आक्रोशानं रात्रीच्या गर्भातील काळोख खळाळला होता. तात्याच्या देहाची शेवटची थरथर पेलताना भूमी हादरली होती.

मी फार्म हाऊसच्या खिडकीतून दूरवर पाहत होतो. दूरवर पर्वतांच्या रांगा पसरल्या होत्या. चांदण्यांनी आभाळ गजबजलं होतं. चंद्र ढगाढगांतून धावत होता. थंड वारा वाहत होता. रातकिड्यांनी अंधाराची आळवणी सुरू केली होती. काजवा मृतात्म्यासारखा इकडून तिकडे भटकत होता. अधुनमधून कोल्हेकुई ऐकू येत होती.

उजव्या बाजूला उसाचा मळा, डाव्या बाजूला केळीची बाग, समोर डोलणारं साळीचं पीक, साऱ्या शिवारावर चंदेरी मुलामा पसरला होता. कुत्री जीवतोड भुंकत होती. कदाचित तात्या कांबळेचे खुनी लपण्यासाठी धावपळ करत असतील किंवा दलित आपला जीव मुठीत घेऊन रानोमाळ झाले असतील. निसर्ग गूढ वाटत होता.

डोंगराळ भागामुळं मातीही भग्न आणि भेसूर वाटत होती. इथं कोणाचा खून झाला किंवा कोणावर बलात्कार झाला तरी कोणाला कळणार नाही. ही रात्र आदिमानवाच्या काळातील अवशेष वाटत होती.

'आता आम्ही पूर्वीसारखं घेत नाही. मुलं मोठी झालीत. सासराही ओरडतो.' माणिकचंद.

'पूर्वीसारखं हॉटेलात जात नाही. घ्यायचं असेल तर फार्म हाऊसवरच घेतो. अजून काही वर्षे आहेत मौजमजा करण्याची. त्यानंतर शरीरच साथ देणार नाही.' गोपीचंद.

मी निःशब्द झालो होतो. संपूर्ण शरीरात मेणबत्त्या पेटल्या होत्या. काळोख सर्पासारखा वळवळत शरीराबाहेर पडत होता. शरीराला कोंब फुटू लागले होते. 'साला ऽ मोबाईल वाजत नाही हे एक बरं आहे'

माणिकचंद दारूची चव चाखत बडबडत होता. 'पोलिसांना कळालं असेल' मी मध्येच पुटपुटलो. 'मिलिंद, अशा घटना घडणारच. ही व्यवस्था आहे. इतक्या लवकर बदलणार नाही. हे अन्याय अत्याचार संपणार नाहीत. त्याला काही काळ जावा लागेल. तू इतका अपसेट होऊ नको' माणिकचंदच्या समजावण्यानं माझ्या मनाचा बांध फुटला. मी ओक्साबोक्शी रडू लागलो. गोपीचंद खवळला. 'अरे हे काय ऽ ? साला मूड खराब करू नको. इथं आपण एन्जॉय करायला आलोय' मी स्वत:ला सावरले. माझ्या मनात भयाण सामसूम पसरली होती. 'सिनेमात बलात्कार करण्याचं काम मिळालं तर मी फुकट करेन' गोपीचंद पेग भरत बोलत होता.

सदानंद कांबळे सुक्या मटणाची प्लेट घेऊन आला. शिजलेल्या मटणाची वाफ आणि गंध रातराणीसारखा दरवळत होता. मला अनेक जिभा फुटल्या. गोपीचंदनं एक पीस तोंडात टाकला. 'वा ऽ छान ऽ' सदानंद कांबळे गोगलगायीसारखा उभा होता. मी मटण चघळू लागलो. हे मांस तात्या कांबळेच्या प्रेताचं आहे आणि मी ते चवीनं खात आहे. मला किळस आली.

'गावात भांडण झालंय म्हणं. मी जाऊन येऊ का ?'

'कोण सांगितलं ?'

'सगळ्या माळरानात आमची माणसं लपली आहेत. त्यांनी सांगितलं.'

सदानंद कांबळेच्या चेहऱ्यावर स्मशान पसरलं होतं. त्याचा चेहरा चितेसारखा जळत होता. त्याच्या नजरेत अनेक मानवी कवट्या दिसत होत्या. एखादी अंत्ययात्रा जावी तसा तो गेला. गौतम बुद्धाने अंत्ययात्रा पाहिली, ती निश्चित सवर्णाची असेल ! गावकुसाबाहेरील अस्पृश्याचं प्रेत बुद्धाला कसं पाहायला मिळेल ?

'सदानंदला अडवलं पाहिजे. त्याला वस्तुस्थिती सांगितली पाहिजे.'

'मिलिंद, आम्हाला कसल्या घटनेचा साक्षीदार व्हायचं नाही. गांधीजींची तीन माकडं आठव.'

'गांधीजींनी माकडं कधी पाळली होती ? ते थोडेच माकडवाले

होते ?'

मी नोकरी करून चळवळीला वेळ देत होतो. मी पूर्णवेळ कार्यकर्ता नव्हतो. नोकरी करणारा माणूस खांद्यावर झेंडा घेऊन फिरू शकत नाही. जे बेकार होते, ते चळवळीचे म्होरके झाले होते. त्यांनी मोर्चा काढला. सभा घेतल्या. भाषणं केली. त्यांनी कधी स्थैर्याचा विचार केला नाही. ते लढले. नगरसेवक झाले. आमदार झाले. मंत्री झाले. मी नोकरी केली आणि कर्जाचे हप्ते फेडले. माझ्या जगण्यावर कुत्रं मुतू दे. माझ्या स्थैर्याला हिजडा लागू दे.

'सिताफळे आला असता तर घाबरला असता. त्यानं आपल्याला परत नेलं असतं.' गोपीचंदनं सिताफळेचं नाव काढलं आणि मला त्याची आठवण झाली. त्याने त्याची बदली करावी म्हणून मला दहा हजार रूपये टोकन दिले होते. त्याची बदली झाली नाही. पैसेही खर्चून गेले. सिताफळे घरी आला होता. 'पैसे दे नाहीतर घरात झोपू दे.' त्याने लक्ष्मीचा हात धरला होता. मी त्याला जबरदस्तीनं घराबाहेर काढलं होतं. लक्ष्मी रात्रभर रडत बसली होती.

तात्या कांबळेची बायको आता काय करत असेल ?

प्रभाकर कावळे अचानक आत आला. तो घामेघूम झालेला. त्याचा चेहरा गलोलीगत ताणलेला. त्याचे डोळे लाल दिसत होते. आल्या आल्या त्याने माणिकचंदच्या पायावर लोळण घेतली. तो माणिकचंदला 'भाऊ भाऊ' म्हणत होता.

'भाऊ, तुम्ही पाहिलं म्हणं. बाबा म्हणत होते.'

'आम्ही काही पाहिलं नाही.'

'भाऊ, आम्हाला सांभाळून घ्या. नाही तर अख्खा गाव दाण्याला जाईल.'

'आम्ही मध्ये पडणार नाही.'

'तात्या कांबळेचा भाऊ तुमचा वॉचमन आहे. तुम्ही त्याची बाजू घ्याल आणि गाव अडचणीत येईल.'

'आमचा काही संबंध नाही. तुमचं तुम्ही बघा.'

'गावातली सगळी पोरं इकडं निघाली होती. मीच त्यांना थांबवले.'

'आता तू ही निघ. सगळे महार ह्या माळरानात लपायला आलेत. त्यांना कळलं तर तुझे तुकडे करतील.'

प्रभाकर कावळे सुखावला होता. त्याला निर्दोष सुटल्याचा आनंद झाला होता. मी प्रथमच एका खुन्याला इतक्या जवळून पाहत होतो. प्रभाकर कावळेने माणिकचंदच्या पुढचा पेग एका दमात पिऊन संपवला. गोपीचंदचा पेगही ढोसला. माझा पेग घेतला आणि पाणी पिल्यासारखा पिऊन टाकला. त्याला कोणीच विरोध केला नाही.

'भाऊ, आजची रात्र इथंच थांबतो. उद्या मला कारमधून सोडा. पुण्याला जाईन.'

'इथं थांबायचं नाही आणि इकडं आलेलं कोणाला सांगायचं नाही.'

'भाऊ, तात्या कांबळेला मी एकट्यानं संपवलं.'

'असं. काही बोलू नकोस. गोत्यात येशील.'

प्रभाकर कावळेनं मटणाचे चार पाच तुकडे तोंडात टाकले. समोरची व्हिस्कीची बाटली उचलली. तोंडाला लावली. गोपीचंदने ती हिसकावून घेतली. प्रभाकर कावळेला किक् बसली होती. 'आता निघायचं बघ' गोपीचंदनं त्याला दरडावलं होतं. तसा प्रभाकर कावळे वरमला होता. 'भाऊ, तात्या कांबळेच्या सत्तर पिढ्या आमच्या मुसऱ्यावर जगल्या. पण तात्या कांबळे मुसऱ्याला जागला नाही.' प्रभाकर कावळेच्या बोलण्यानं मला जहरी दंश झाला होता. मी अचानक उसळलो. कडाडलो. 'तोंड सांभाळून बोल. मी तुझ्या हातात बेड्या ठोकेन.' मला कळलं नाही मी रिॲक्ट कसा काय झालो ? माझ्या धारदार धाकानं प्रभाकर कावळे गोंधळला होता. 'भाऊ, कोण हे ऽ ?' माणिकचंदने माझी त्याला ओळख करून दिली. 'मिलिंद कांबळे. नाव ऐकलं असशील. दलितांचा पुढारी आहे.' मीही भडकलो होतो. 'तुझ्या भावाला पुण्याला फोन करून विचार. माजी मंत्री रोहिदास नागदिवेचा मी मित्र आहे.' माझं शरीर संतापानं थरथरत होतं. प्रभाकर कावळे माझं बोलणं ऐकून प्रक्षुब्ध झाला होता. त्याने माझ्यावर सरळ झेप घेतली. मला चित केले. त्यानं माझा

गळा आवळला होता. माझे डोळे पांढरे पडले होते. गळ्याभोवती नखं रुतली होती. छातीवर ओरबडून रक्त ओघळले होते. शर्ट व बनियन फाटले होते. श्वास रोधला होता. प्रभाकर कावळेनं सदऱ्याआड लपवलेला धारदार सुरा काढला होता. माझी पाचावर धारण बसली होती. मी हादरलो होतो. हे सगळं अचानक घडलं होते. 'इथं खूनखराबा चालणार नाही. गाडीत पिस्तुल आहे. गोळी घालेन.' गोपीचंद आवेशानं ओरडला होता. प्रभाकर कावळे माझ्या छातीवर बसला होता. गोपीचंदनं दम भरल्यामुळं तो रडवेला झाला होता. 'भाऊ ह्याला मी जिवंत सोडणार नाही. नाहीतर मी फासावर जाईन.' माणिकचंद अत्यंत थंडपणे प्रभाकर कावळेला समजावत होता. 'प्रभू, ह्याला मारायचं असेल तर गेटबाहेर घेऊन जा. आमच्या जागेत असल्या भानगडी नको' तसा मी गडबडलो होतो. माझी भीतीने गाळण उडाली होती. प्रभाकर कावळेनं माझे केस ओढत मला उभं केले होतं. मी धांदरलो होतो. 'मी ह्याच्याबरोबर जाणार नाही. तुमच्या बरोबर आलोय.' तसा माणिकचंद माझ्यावर उखडला होता. 'मग काय झालं ? हा खुनी आहे. डोळ्यानं पाहिलंस आणि कानानं ऐकलंस आणि ह्याच्याबरोबर डोकं लावतोस ?' माणिकचंद संतापानं फणफणला होता. मी खाली मान घालून उभा होतो. प्रभाकर कावळेच्या हातातला सुरा थरथरत होता. गोपीचंदनं त्याला पकडून ठेवलं होतं. 'चूक झाली माझी. मी एक्साइट झालो होतो' मी मटकन् खाली बसलो. मला घाम फुटला होता. गोपीचंदनं मला उभ्यानंच लाथ घातली. 'ऊठ ऽ बाहेर हो ऽ इथे थांबायचं नाही.' मी खडबडून उठलो. थेट बाथरूममध्ये घुसलो. आतून दार बंद करून घेतलं. त्यांनी दारावर धक्के मारले. मी आत दबा धरून बसलो. माणिकचंद आणि गोपीचंद प्रभाकर कावळेची खूप वेळ समजूत काढत होते. तो ऐकत नव्हता. शेवटी माणिकचंद आणि गोपीचंदनं त्याला ढकलत गेटबाहेर नेलं. मी बाथरूमच्या खिडकीतून डोकावत होतो. सदानंद काबंळेचं घर बंद होतं. गेटबाहेर प्रभाकर कावळेचा उद्दामपणा चालू होता. रातकिडे जणू शोकगीत गात होते. गोपीचंदनं प्रभाकरला पिटाळून लावले. मध्यरात्र उलटून गेली होती.

तात्या कांबळेच्या भुतानं प्रभाकर कावळेला अडवलं पाहिजे. त्याची मुंडी मोडली पाहिजे.

माझ्या अंगावर सरसरून काटा आला होता. तात्या कांबळेचा जखमी देह माझ्याकडे हसत येत असल्याचा भास होत होता. हा कसला आभास ? माझं मानसिक संतुलन तर बिघडलं नाही ना ? मी ओकतो. हागतो. कमोडवर बसून राहतो. मला रडू येतं. अंग कापू लागतं.

मी मेलो तर काय होईल ?

माझं शरीर मला प्रेतासारखं वाटतं. मला मुंग्या लागत आहेत. माझी दुर्गंधी सुटते आहे. कसल्या अभद्र कल्पनांनी माझ्या मनाचा ताबा घेतला होता.

मी मेलो तर ह्या विराट विश्वाचं काय बिघडणार आहे ? रोज कितीजण मरतात. ह्या महाकाय विश्वात आपण एक शून्य आहोत. मी उगीच माझी विश्वाशी तुलना करतो. हे पालथ्या घागरीवर पाणी आहे.

मी मेल्यावर बायको रडेल. मुलगी रडेल. शेजारी जमा होतील. फोनाफोनी होईल. मित्र येतील. कार्यकर्ते येतील. सहकारी येतील. गावी आईला कळालं तर ती बेशुद्ध पडेल. मरून जाईल. रोहिदास अंत्ययात्रेला येईल. वृत्तपत्रे बातमी छापतील. मुलीच्या शिक्षणाचं काय ? डोंगराएवढ्या कर्जाचं काय ? बायकोच्या वैधव्याचं काय ? तिच्याभोवती किती व्यभिचारी नजरा वळवळतील ? माझ्या अंगावर शहारे येतात. लोकांना अखेरचा निरोप देता यावा म्हणून माझं प्रेत अंगणात ठेवतील. माणिकचंद आणि गोपीचंद माझ्या प्रेताला हार घालतील. अंत्ययात्रेला आलेली गर्दी पाहून माझ्या बायकोला माझं मरणोत्तर महत्त्व कळेल. तिला शोक अनावर होईल. ती बेशुद्ध पडेल. बायका तिला शुद्धीवर आणण्याचा प्रयत्न करतील. पंडित कानडे आणि कसबे गुरूजी माझी अंत्ययात्रा काढतील. मला जाग येईल. मी तिरडीवर ऊठून बसेन. मी ओरडेन.

मग काय होईल ! लोक पळून जातील ? बायकोला काय वाटेल ? भीती की आनंद ?

मी हुडहुडत होतो. माझं मस्तक बधीर झाले होते. शरीर जड झालं होते. खूप दारू ढोसूनही नशा झाली नव्हती. मन विषण्ण झालं होतं.

पुन:पुन्हा जांभया येत होत्या. बाथरुममधला घाण दर्प असह्य झाला होता. नळाचं थेंब थेंब टिपकणंही जिव्हारी लागत होतं. बाथरूममधून बाहेर पडावं आणि घराकडं मोकाट पळत सुटावं.

माणिकचंद आणि गोपीचंद कोठे गेले असतील ? मी बाथरूममधून बाहेर पडण्याची वाट पाहात असतील ?

निरभ्र आभाळ, निरव रात्र आणि माणिकचंदचं निसंग हसणं मला गुदगुल्या करत होतं. तिच्या पैंजणाचा आवाज आणि गोपीचंदनं तिला ओढत आणणं रात्रीला कासाविस करत होतं. माणिकचंदनं गेटला कुलूप लावलं. ते तिला जबरदस्तीनं आणत होते. त्यांनी तिला आत आणलं. 'चूप बैस ऽ नाही तर गावकऱ्यांच्या ताब्यात देईन. आताच प्रभाकर कावळे गेला. एकदम शांत हो. गादीवर झोप. अंधारात कोठे लपतेस ? साप चावला तर ? आम्ही तुला ठार मारणार आहोत ? तोंड बंद कर. हास' गोपीचंद तिला दरडावत होता. 'तुला प्रेम आवडत नाही. आम्ही तुझ्यावर प्रेम करू' माणिकचंद तिचे गालगुच्चे घेत होता. ती भ्याली होती. ह्या नराधमांनी रानात लपलेल्या दलित स्त्रीला पकडून आणलं असणार !

'आतल्या खोलीत चल. प्रभाकर कावळे परत येऊ शकतो.' गोपीचंदनं तिला उचलून बेडरूमध्ये नेलं होतं. ती रडत होती. माझ्या शरीरात तात्या कांबळेचं प्रेत जागं होत होतं.

'कपडे काढ.'

'नका हो मी पाया पडते तुमच्या.'

'कपडे काढ, नाही तर नागवं करेन.'

'मी पाया पडते तुमच्या. मला सोडा.'

'बऱ्या बोलानं ऐकली नाहीस तर बलात्कार करून खून करू. समजलं.'

'मला मारू नका.'

'मग आमचं ऐक.'

तिला विवस्त्र करतील. तिचे लचके तोडतील. ती आता त्यांच्या

तावडीतून सुटू शकत नाही. वाघाच्या जबड्यात सापडलेल्या हरणीसारखी तिची अवस्था होईल. मी अस्वस्थ झालो होतो. माणिकचंदनं तिला बाहूत धरलं होतं. गोपीचंद तिला विवस्त्र करत होता. ती प्रतिकार करत होती. मी जोरात ओरडलो. 'अरे ही दलित स्त्री आहे. तुमच्या शेतात जीव वाचवण्यासाठी आली आणि तुम्ही तिच्या जीवावर उठलात ?' तसा गोपीचंदने माझ्या मुस्कटात ठोसा मारला होता. माझ्या डोळ्यापुढं काजवे चमकले होते. गोपीचंद खवळला होता. 'ही स्त्री आहे. तरुण स्त्री. आणि आम्ही पुरुष. ह्यावेळी आमच्या जातीची स्त्री असती तरी तिला सोडलं नसतं. भडव्या, तुला प्रत्येक गोष्टीत जात दिसते. सेक्समध्येही ? हे गोरंपान शरीर बघ ऽ' गोपीचंदनं मला बेडरूमबाहेर जोरात ढकलून दिलं होतं. मी भेलकांडत बाहेर पडलो होतो. मला माझ्या दुर्बलपणाची लाज वाटली होती. गोपीचंदनं माणिकचंदला आणि तिला आत कोंडलं होतं. सिनेमातल्या नायकासारखं मला दार तोडता येत नव्हतं. मारामारी करता येत नव्हती. मी माझ्यावरच चिडलो होतो. माणिकचंद आणि गोपीचंदबरोबर मी अनेक वेश्यांकडे गेलो होतो. तेव्हा मला त्या वेश्यांची जात आठवली नव्हती.

माणिकचंद बाहेर आला होता. घाम पुसत होता. 'साला मजा आला नाही. ती प्रेतासारखी झोपून होती. तिचं शरीर बर्फासासारखं गोठलंय. तिने ओठ गच्च मिटले होते. पाय एकदम ताठ केले होते. मुड्द्याबरोबर झोपल्यासारखं वाटलं.' गोपीचंदनं बेडरुमचं दार लावून घेतलं. माझ्या अणूरेणूतही घोडदौड सुरू झाली. शरीरभर घोड्यांचं खिंकाळणं ऐकू येऊ लागलं. मांड्यांना कंप सुटला. कानात टापांचा आवाज ऐकू येऊ लागला. 'गोपीचंदनंतर आपण आत गेलं पाहिजे म्हणजे आपलं शतक पूर्ण होईल. माझं मन पाचोळ्यासारखं भिरभिरत होते. माझ्या अंगात धुळीचे लोट उठले होतं.

गोपीचंद बाहेर आला. 'साला निरोध आतच राहिला आणि सामान बाहेर आलं' तो खो खो हसत होता. 'तुला बसायचं का ? जा आत.' माणिकचंदनं मला खो दिला. मी पळतच आत घुसलो. ती माझ्याकडे असाहाय्य नजरेनं पाहात होती. ती नवी नवरी असावी. मला

तिच्या नग्न शरीरावर तात्या कांबळेच्या प्रेतावरील असंख्य जखमा दिसल्या. तिचे डोळे भळभळत होते. मी तिला तिची वस्त्रं दिली. ती बाथरूममध्ये गेली. मी हिरमुसलो. चेहऱ्यावर मात्र उदारपणाचा आव आणला.

मी साक्षीदार झालं पाहिजे. तात्या कांबळेच्या खुन्यांना बेड्या घातल्या पाहिजेत. बलात्कार करणाऱ्या माणिकचंद आणि गोपीचंदवर पोलीस केस केली पाहिजे. मग मला भीती का वाटते ? निर्णायक क्षणी मी माघार का घेतो ? माझी किंमत चुकवायची तयारी नव्हती. मी परिणामाला घाबरत होतो. मी चळवळीतलं बांडगूळ होतो.

मला भाषण करता येत होतं. चार लोक ओळखत होते. कार्यकर्त्यांमध्ये उठबस होती. पुढाऱ्यांच्या ओळखी होत्या. मुंबईचा सराव होता. लोक काम घेऊन यायचे. पैसे द्यायचे. मी काम घ्यायचो. काही कामं व्हायची. काही नाही. लोक पार्ट्या द्यायचे. प्रेझेंट द्यायचे. चळवळीच्या आजूबाजूला माझ्यासारखे अनेक दलाल असतील. चळवळीला मदत करणारे माणिकचंद आणि गोपीचंदसारखे अनेक ठेकेदार असतील. ओल्या पार्ट्या झाल्या पाहिजेत. मोर्चा काढायला पैसा मिळाला पाहिजे. नेत्यांचे कटआऊट उभे राहिले पाहिजेत. भिंती रंगल्या पाहिजेत. पोस्टर छापले पाहिजेत. अशा गरजा दुसऱ्यांच्या खिशांतून पूर्ण करायच्या म्हटल्या तर पैसे पुरवणारी यंत्रणा काळी आहे की गोरी हे कसे तपासणार ? ती जारासारखी आपल्या अंथरुणावर येत असते. आपली इच्छा असो वा नसो. तिचं हौसेनं स्वागत करावं लागतं. तात्या कांबळेचं प्रेत माझ्याकडं बघून मिस्किलपणे हसत होतं.

लोकांच्या प्रश्नांवर लढे उभारले पाहिजेत. लोकांच्या वर्गणीतून लढे उभारले पाहिजेत. लोकांच्या सहभागाने लढे उभारले पाहिजेत. संपूर्ण समाज रचना अमान्य करून ती बदलण्याची ईर्षा बाळगली पाहिजे. केवळ शासकीय योजना, सोयी सवलती आणि शासकीय कर्मचाऱ्यांचे प्रश्न हे आपले अंतिम ध्येय नव्हे ह्याची सतत जाणीव असली पाहिजे.

माझ्या शरीरातील अतिशय गलिच्छ आणि घाणेरडी जागा म्हणजे

माझा विवेक होय.

माझ्या विवेकाला विकृतीची जोड मिळू दे.
माझ्या विकृतीला संस्कृतीची जोड मिळू दे.
माझ्या संस्कृतीला स्वार्थाची कीड लागू दे.
माझ्या स्वार्थाला चळवळीचे स्वरूप येऊ दे.

माझं चळवळीत जितकं वजन वाढेल तितकी माझी ताकद वाढेल. माझ्या शब्दाला किंमत येईल. माझा शब्द खाली पडणार नाही. मी कोणालाही शब्द देईन. मी कोणालाही शब्द टाकेन. लोक माझा शब्द पाळतील. माझा शब्द कोणी मोडणार नाही. माझा शब्द ओलांडण्याची कोणात हिंमत येणार नाही. माझा शब्द हा अंतिम राहील. लोक माझ्या शब्दाची वाट पाहातील. लोक माझा शब्द झेलतील. व्यवहारात माझ्या शब्दाची किंमत वाढली पाहिजे. माझ्या शब्दाची चलती असली पाहिजे. माझा बाजारभाव वाढवण्यासाठी माझ्या ठेकेदारांनी प्रयत्न केले पाहिजेत. कारण मी ठेकेदारांचे शब्द वापरत असतो. त्यांचे शब्द मी कधी खाली पडू देत नाही.

अचलपूरमध्ये पोलीस आले होते. गर्दी झाली होती. मराठे हवालदार गर्दी पांगवत होते. प्रा. राहुल बनसोडे, रमा बाबर, याकूब शेख, भीमा भोळे, निकम मामा, चंद्रकात अंभोरे, पंडित कानडे आणि कसबे गुरुजी घटनास्थळी दिसत होते. मी बिचकलो होतो. गोपीचंदनं गाडी थांबविली नाही. कोणी तरी माझा पाठलाग करत आहे ह्या भयाने मी ग्रासलो होतो. हे कोणीतरी कोण ? तात्या कांबळेचं प्रेत की प्रभाकर कावळेचा धारदार सुरा ?

गोपीचंद माझ्याशी बोलत होता. 'साला ऽ तुमच्या रक्तातच संघर्ष आहे. तुम्ही संघर्ष केल्याशिवाय जगू शकत नाही. तुमची जात साली कट्टर आहे. प्रसंग आला की सगळे एक होता. आमच्यात हे स्पिरीट नाही. काल तू प्रभाकर कावळेला चांगला भोसडलास. साला ऽ आपण मानतो तुला.' मी चिडलो होतो. 'मला गेटबाहेर हाकलत होता त्याचं

काय ?' गोपीचंद मनापासून चिडला होता. 'तू असं समजू नकोस. तुझा मर्डर करायचा असता तर बाथरूम तोडले असते. हॉलमध्येही तुला मारू दिले असते. मी ड्रामा केला' मीही नमते घेतले, 'मला आता भांडणाचा उबग आलाय. आता शांतपणे जगायचंय' मी बोलणं टाळत होतो. गोपीचंदला मात्र चेव आला होता. 'नाहीऽ तुम्ही सतत भांडलं पाहिजे. त्याशिवाय सवर्ण ताळ्यावर येणार नाहीत. आग भडकत राहिली पाहिजे. तू मध्यमवर्गीय बनलास तर तुझ्यात आणि आमच्यात फरक काय ?' माणिकचंद मनापासून बोलत होता. 'समाजात तणाव असला पाहिजे. दंगेधोपे झाले पाहिजेत. त्याशिवाय शांतता कमेटीतल्या आमच्यासारख्या सदस्यांचं महत्त्व कसं वाढणार ?' माणिकचंद भावुकपणे बोलत होता. 'म्हणून भांडणं लावा. समाजात बेकी पेरा. गरज पडल्यास पुतळ्याची विटंबना करा. मंदिरातल्या मूर्तीवर शेण टाका म्हणजे तुमचं महत्त्व आपोआप वाढेल' मी उपरोधाने बोलत होतो.

कार थांबली. मी उतरलो. माणिकचंद खाली उतरला. त्याने माझ्या खांद्यावर हात ठेवला. डोळ्यात डोळे घातले. 'हे बघ ऽ तुला पोलिसांना सांगायचं असेल तर जरुर सांग. आयविटनेस हो. आमची हरकत नाही. पण आम्हाला ह्यात गोवू नको.' मी काहीच बोललो नाही. माणिकचंद गाडीत बसला आणि गाडी झुळकीसारखी पसार झाली.

माझ्या डोळ्यात झोप शिळी झाली होती. रात्री झालेला खून, बलात्कार आणि प्राणघातक हल्ला ह्या घटना मला पुन:पुन्हा आठवत होत्या. मस्तक पू भरल्यासारखं ठसठसत होतं. मला तात्या कांबळेच्या प्रेतापेक्षा रात्री पाहिलेल्या नववधूचा नग्न देह आठवत होता. तिच्यावर झालेला बलात्कार ती सांगेल की चोरून ठेवेल ?

प्रत्येक माणूस आपल्यावर होणाऱ्या अन्यायाविरुद्ध प्राणपणानं प्रतिकार करतो. झुंजतो. रक्तबंबाळ होतो. संघर्ष करतो. त्याची चिवट झुंज संपता संपत नाही. सर्व शक्तीनिशी तो कडवा प्रतिकार करतो. थकतो. पिचतो. मान टाकतो. असह्य होतो. निमूटपणे अन्याय सहन करू लागतो. त्याचं मन मरतं. तो व्यवस्थेचा भाग बनतो. तो मूकपणे जगू लागतो, डोळ्यावर कातडे ओढून. त्याच्या डोळ्यात ठिणग्या

विझताना दिसतात. मी राख आहे. माझ्या प्रेताची.

लक्ष्मी माझ्याशी बोलली नाही. तात्या कांबळेचा खून झाल्यामुळे सगळं वातावरणच बदलून गेलं होतं. लक्ष्मीही सुन्न झाली होती. मी रात्री घरी नव्हतो. ह्यामुळे ती आतून धुमसत होती. माझं मी जेवण केलं आणि आडवा झालो. सगळे कार्यकर्ते अचलपूरकडे धाव घेत होते. मी मात्र अंथरुण जवळ केलं होतं. कालची रात्र माझ्या आयुष्यातली अत्यंत वाईट रात्र होती.

लक्ष्मी तडफडत जगत होती. तिला आणखी एक मूल हवं होतं. मी मात्र एका मुलीवरच थांबलो होतो.

रात्र अंग मोडत होती आणि माझी झोप रात्री पाहिलेल्या नग्न स्त्रीच्या देहावर लोळत होती. आपल्या अशा कच खाऊ धोरणामुळे अनेक स्त्रिया हातच्या गेल्या. मी लक्ष्मीला जवळ ओढलं. तिच्या अंगावर हात टाकला. ती सवयीप्रमाणे मला बिलगली. पण माझं शरीर थंड पडलं होतं.

'मनात नसेल तर कशाला झोपायचं ?' तिचं बोलणं मला कुरतडत होतं. मी ईश्वराचा धावा केला. माझं शरीर थुईथुई दे. मी तिच्या नजरेला नजर भिडवली. मला तिच्या नजरेत माझा फाटका संसार दिसला.

सकाळ झाली होती. लक्ष्मी घरकामात गुंतली होती. प्रज्ञा शाळेत गेली होती. मी वर्तमानपत्र चाळत होतो. तात्या कांबळेच्या हत्येची खूप मोठी बातमी छापली होती. 'जोपर्यंत गुन्हेगारांना अटक होत नाही, तोपर्यंत प्रेत ताब्यात घेणार नाही' अशी भूमिका प्रा. राहूल बनसोडे ह्यांनी घेतली होती. पोलीस फुकट पगार घेतात. गुन्हेगारांना पकडत नाहीत. ढेपाळलेत. मी राष्ट्रपती झालो तर एकेकाला नीट करेन. आणिबाणी लागू करेन. केवळ माजी सैनिकानांच पोलिसात भरती करेन. दलितांना, महिलांना स्वसंरक्षणासाठी शस्त्रे देईन. एखाद्या गावात दलितावर अन्याय झाला तर संपूर्ण गावाला जबाबदार धरेन. संपत्तीचे असमान वाटप आणि वाढती लोकसंख्या हे प्रत्येक समस्येचे मूळ आहे. लोकसंख्येवर

नियंत्रण ठेवण्यासाठी शिक्षा झालेल्या सर्व गुन्हेगारांना नष्ट करण्यात येईल. गंभीर रुग्णांना इच्छामरणासाठी प्रवृत्ती करण्यात येईल. भ्रष्ट कर्मचारी आणि पुढाऱ्यांच्या संपत्तीवर टाच आणण्यात येईल. आंतरजातीय विवाह करणाऱ्या जोडप्यांच्या अपत्यानांच राखीव जागा देण्यात येतील. सरकारी जमिनी भूमिहीनांना वाटण्यात येतील. मस्जिद मंदिरांचे ध्वनी प्रदूषण तत्काळ थांबण्यात येईल. हमरस्त्यावर वराती, मिरवणुका, मोर्चा, अंत्ययात्रा ह्यांना कायमची बंदी घालण्यात येईल. वेश्यांना पेन्शन देण्यात येईल. नागरिकांच्या बाळंतपणाचा व अंत्ययात्रेचा खर्च शासनाकडून करण्यात येईल. एका अपत्यापेक्षा अधिक अपत्यांना जन्म देता येणार नाही हे प्रत्येकाला ठणकावून सांगण्यात येईल.

रस्ते, धरण, प्रकल्प अशा विकासाच्या कामात कोणाचे नुकसान होते म्हणून ही कामे थांबवली जाणार नाहीत. निरनिराळ्या न्यायालयात प्रलंबित असलेले खटले वर्षभरात निकाली काढण्याची यंत्रणा उभारण्यात येईल. सर्वांना मोफत शिक्षण दिले जाईल. आंतरराज्यातील लोकसंख्येच्या स्थलांतराला प्राधान्य देण्यात येईल. देशातल्या सर्व प्राणी संग्रहालयातील प्राण्यांची मुक्तता करण्यात येईल. आणि तिथे युवक युवतींना प्रेम करण्यासाठी 'लव्ह गार्डन' निर्माण करण्यात येतील. नागरिकाचे प्रेत हे सरकारी मालमत्ता म्हणून संबोधण्यात येईल. त्यामुळे प्रेताचे उपयुक्त अवयव काढून घेण्याचा सरकारला अधिकार राहील.

बाहेर हॉर्न वाजतो. आणि मी मनोराज्यातून जागा होतो. 'साहेब आलेत. चल' पंडित कानडेच्या आवाजात हुकूमच होता. मी कसाबसा तयार झालो आणि त्याच्या मागे बसलो. शासकीय रुग्णालयात दलितांनी गर्दी केली होती. जिकडे तिकडे संतप्त तरुण भटकताना दिसत होते. पोलीस बंदोबस्तही होता. पंडित कानडेनं गाडी लावली. आम्ही रोहिदासच्या दिशेने निघालो. तात्या काबंळेच्या प्रेताचं शवविच्छेदन पूर्ण झालं होतं. पोलिस आणि दलित तरुणांमध्ये बाचाबाची झाली. काही कार्यकर्त्यांनी मध्यस्थी केली. शासकीय रुग्णालयावर शोककळा पसरली होती. दलित स्त्रिया आक्रोश करत होत्या. त्या घोळक्यात रात्रीची नग्न तरुणी दिसते का म्हणून मी पाहिलं. लोकांच्या वेदना चिघळल्या होत्या. सर्वत्र

हृदयद्रावक चित्र दिसत होतं.

प्रेतयात्रा शासकीय रुग्णालयाच्या बाहेर पडली. सुभाष चौकात माणिकचंद आणि गोपीचंदनं प्रेताला पुष्पहार अर्पण केला. आम्ही रोहिदासच्या मागून चाललो होतो. मी, पंडित कानडे, कसबे गुरुजी, भीमा भोळे, चंद्रकांत अंभोरे, निकम मामा आणि आम्रपाली इंगळे साहेबांसोबत होतो. प्रा. राहुल बनसोडे, रमा बाबर, याकूब शेख, कबीर कांबळे ह्यांनी प्रेताचा कब्जाच घेतला होता. परिस्थितीला अचानक विपरीत वळण लागलं. प्रेतयात्रा स्मशानभूमीकडे जाण्याऐवजी कलेक्टर कचेरीकडे वळाली. पोलिसांनी रस्ता अडविण्याचा निष्फळ प्रयत्न केला. रस्त्यात सिटीबसवर दगडफेक झाली. कार्यकर्ते प्रक्षुब्ध झाले होते. त्यांना आवरणं कठीण झालं होतं. *'तात्या कांबळे अमर रहे' 'हमसे जो टकराएगा वह मिट्टीमें मिल जाएगा'* अशा घोषणांनी वातावरण दुमदुमलं होतं. आजूबाजूच्या इमारतींनी कान बंद करून घ्यावेत तशा खिडक्या बंद करून घेतल्या होत्या. पटापट शटर्स बंद झाले होते. वातावरणात तणाव पसरला होता.

रोहिदासचं मत होतं 'आपण शांततेनं प्रेतयात्रा काढू. संध्याकाळी प्रेसपुढं आपल्या मागण्या मांडू' परंतु प्रा. राहुल बनसोडे त्याला तयार नव्हते. त्यांचं म्हणणं होतं, 'प्रेतयात्रा कलेक्टर कचेरीवर नेऊ. आणि गुन्हेगारांच्या अटकेची मागणी करू' प्रा. राहुल बनसोडेंचा आवाज आक्रोश करून बसला होता. डोळे लाल झाले होते. त्यांच्या चेहऱ्यावर संतापाचा गंज चढला होता. एखादा कार्यकर्ता यायचा आणि प्रा. बनसोडेंच्या गळ्याला पडून रडायचा. हे दृश्य जितकं करुण दिसायचं तितकंच स्फोटकही. रोहिदासला प्रा. बनसोडेंचा स्टंट आवडला नाही. प्रसिद्धीसाठी कार्यकर्त्याच्या प्रेताचं किती भांडवलं करावं ह्यालाही काही मर्यादा असतात. रोहिदास नाराज झाला होता. रोहिदासने आपल्यासोबत मुंबईहून प्रवीण कोकीळला आणले होते. प्रवीण कोकीळ स्थानिक पत्रकार विलास थोरात ह्याच्याबरोबर फिरत होता. विलास थोरात हा सिताफळेचा जावई होता. 'माझा जावई पत्रकार आहे. तुझ्याविरुद्ध बातमी छापून आणेन.' म्हणून सिताफळेनं मला एकदा दम भरला होता.

तेव्हापासून मी विलास थोरातला चांगलं लक्षात ठेवलं होतं.

प्रेतयात्रेबरोबर माजी मंत्री रोहिदास नागदिवे असल्याने पोलीस बंदोबस्त चोख ठेवला होता. जिल्हाधिकारीही तातडीने सामोरे आले होते. 'पोलीस कारवाई सुरू आहे. गुन्हेगारांना पाठिशी घातले जाणार नाही' असं त्यांनी आश्वासन दिलं होतं.

बुद्धम सरणम् गच्छामीच्या घोषात अंत्ययात्रा कलेक्टर कचेरीकडून स्मशानभूमीकडे रवाना झाली होती. तात्या कांबळेची पत्नी सुजाता कांबळे क्षणाक्षणाला बेशुद्ध पडत होती. तात्या कांबळेचा मुलगा रोहित कांबळे मशालीसारखा दिसत होता. सदानंद कांबळे रडून थकला होता. त्याला बोलता येत नव्हते. सदानंद कांबळेची बायको राधा आपल्या मुलाला कडेवर घेऊन चालली होती. सिद्धार्थ पगारे, काशिनाथ पोळके, मंगेश कांबळे, संदीप पोळके आणि धीरज पगारे शोकाकूल दिसत होते.

गावागावांतून लोकांच्या झुंडी आल्या होत्या. सर्वजण विचलित झाले होते. सर्वांच्या सोयीसाठी तात्या कांबळेच्या प्रेतावर शहरातच अत्यंसंस्कार करण्यात आले. मला ईश्वर इंगळेची अंत्ययात्रा आठवली. ईश्वरच्या अंत्ययात्रेलाही असाच विराट जनसमुदाय लोटला होता. दलितांची हत्त्या मुसलमान करत नाहीत. ख्रिश्चन करत नाहीत. दलितांवर अन्याय-अत्याचार बौद्ध करत नाहीत. शीख करत नाहीत. मग हिंदूच दलितांचा छळ का करत असावेत ? दलितांचं हिंदू असणं त्यांना मान्य नाही का ?

तात्या कांबळेच्या प्रेताला त्याचा मुलगा रोहित कांबळेनं अग्नी दिला होता. आग भडकत होती. धुराचे लोट आसमंतात विलिन होत होते. क्षणभरात तात्या कांबळेची राख होईल. सर्वांच्या नजरा पेटल्या होत्या. स्मशान गंभीर झाले होते.

❖❖❖

अचलपूरमधलं वातावरण तंग झालं होतं. पत्रकार, कार्यकर्ते आणि राजकीय पुढारी अचलपूरला भेटी देत होते. पोलीस कसून तपासणी करत हाते. पोलिसांनी दहा लोकांची यादी केली होती. त्यामुळे लोकात असंतोष वाढला होता. गावकऱ्यांनी पोलिसांवर दगडफेक केली होती. 'कोणा कोणाला अटक करणार ? सगळ्या गावाला अटक करा' गावकऱ्यांनी अशा घोषणा दिल्या होत्या. गुन्हेगार गावात लपून बसले होते. पोलिसांना गुन्हेगारांपर्यंत पोहचणं अवघड झालं होतं. त्यांनी अधिक कुमक मागविली होती.

'हजारो वर्षांपासून समाजासमाजांत असलेले सुसंस्कृत संबंध नष्ट होत चाललेत. तात्या कांबळेनं महारांना गावाविरुद्ध चिथावलं' नरेंद्र पाटील, बाजीराव चव्हाण आणि सदाशिव मोरे आदींनी पोलीस कारवाईविरुद्ध आक्रमक भूमिका घेतली होती. 'सरकार दलितांचे लाड करते. त्यामुळे ते माजलेत. सवर्णांची बाजू कोणीच घेत नाही. आपण

ना आवडतीचे लेकरं झालो आहोत. आज महारांनी गावकी नाकारली. उद्या मांग गावाची कामं नाकारेल. मग गाव कसा चालेल ? तात्या कांबळेचं घराणं तमासगिराचे घराणं आहे. अनेक पिढ्यांपासून ते गावातल्या कार्यक्रमात, वरातीपुढे नाचत होते. पण तात्या कांबळेनं गावातल्या कार्यक्रमात नाचणं सोडून दिलं. गावाच्या पाटलाच्या पोराच्या लग्नात, प्रभाकर कावळेच्या वरातीपुढं देखील महारांनी नाचलं नाही. त्यांनी बिदागी मागणंही सोडून दिलं आहे. हा गावाचा अपमान आहे.' नरेंद्र पाटील जमावापुढं भाषण करत होता. लोक चेकाळले होते. पोलिसांनी बघ्याची भूमिका घेतली. शेवटी पोलिसांची अधिक कुमक आली होती. १४४ कलम लागू केल्याचे जाहीर केले होते. लोकांना शांतता राखण्याचे आवाहन करण्यात आले होते. गावकरी पोलिसांविरुद्ध घोषणा देत होते. पोलिसांनी अश्रूधूर सोडला होता. सौम्य लाठीहल्ला केला होता. लोकांची धरपकड केली होती. गावाला पोलीस छावणीचं स्वरूप प्राप्त झालं होतं.

पोलिसांची एक तुकडी कावळेच्या वाड्यावर गेली होती. वाड्यात पोलिस आल्यामुळे सुधाकरला आनंद झाला होता. त्याने पोलिसांना पाहून आपला शर्ट पायजम्यात खोवला होता. 'आपण चोर पोलीस खेळायचं का ?' म्हणून तो पोलिसांना पुन:पुन्हा विचारत होता. मराठे हवालदारांनं सुधाकरच्या खांद्यावर हात ठेवलं आणि प्रेमानं विचारलं, "तुझा भाऊ कोठे गेला आहे?" सुधाकरनं तत्काळ उत्तर दिलं. 'चोरी करायला. चला आपण त्याला पकडू' रामभाऊ कावळेनं सुधाकरला ताबडतोब मागे ओढलं. 'हा मतिमंद आहे. त्याचं मनावर घेऊ नका' रामभाऊ कावळे पोलिसांना खुलासा करत होता. सोनाली हवालदिल झाली होती. रामभाऊ कावळेची बायको काशीबाई गोंधळून गेली होती. रामभाऊ कावळेचे आई वडील पार्वतीबाई आणि श्रीपतराव ह्या घटनेचे मूक साक्षीदार होते. घरगडी भूताळी कोपऱ्यात थरथर कापत उभा होता.

पोलिसांनी वाड्याची झडती घेतली होती. वाड्यात त्यांना काहीच सापडलं नव्हतं.

'सुधाकर कोठे आहे ?' मराठे हवालदार

'पुण्याला गेलाय.' रामभाऊ कावळे

'कधी ?' मराठे हवालदार

'एक आठवडा झाला' रामभाऊ कावळे

'काल तो गावात होता' मराठे हवालदार

'लोक खोटं बोलतात' रामभाऊ कावळे

'तुम्ही खोटं बोलत आहात. आम्ही त्याला अटक केलेली आहे.' मराठे हवालदार रामभाऊ कावळेचा खरपूस समाचार घेत होते. रामभाऊ कावळेची बोबडी

वळत होती. प्रभाकरला पोलिसांनी अटक केल्याचं ऐकून काशीबाईच्या डोळ्यातून अश्रू वाहात होते. सोनालीचा चेहरा पांढरा पडला होता.

'प्रभाकरने तात्या कांबळेचा खून करण्यासाठी वापरलेली तलवार कोठे आहे ? त्याचे कपडे कोठे आहेत ?' मराठे हवालदार.

'त्याने खून केलाच नाही' रामभाऊ कावळे.

पोलिसांनी वाड्यात लपवलेली तलवार जप्त केली होती.

कावळेच्या वाड्यातलं वातावरण ढवळून निघालं होतं. ह्या वाड्यात अनेकवेळा पोलिस आले होते, ते पाटलाचा पाहुणचार घेण्यासाठी. पण आज ते झडती घेत होते. त्यामुळं कावळेचं कुटुंब हादरून गेलं होतं.

सोनालीचे वडील बळिराम पाटील, सोनालीची आई विमल पाटील आले होते. वाड्यात पोलीस आलेले पाहून त्यांचे हातपाय गळाटले होते. पोलिसांची दुसरी तुकडी महादेवाच्या मंदिरात गेली होती.

कोरीव काळ्या दगडांचं शिवालय सगळ्या गावाचं आकर्षण होते. दिवसभर ह्या मंदिराची घंटा सतत निनादत असायची. विष्णू पुजारी हा ह्या मंदिराचा पुजारी होता. तो ह्या मंदिराची देखभाल करायचा. तात्या कांबळेनं हिंदू धर्माला आव्हान दिल्यामुळे तो चिडला होता. तात्या कांबळेच्या खूनाचा कट इथेच शिजला होता. विष्णू पुजारीचा मुलगा शंकर पुजारी ह्या कटातला एक प्रमुख सूत्रधार होता. शंकर पुजारी शिवावर अभिषेक करत होता. गौतम गांगुर्डेनं त्याला ताब्यात घेतले होते. विष्णू पुजारी चवताळून शिव्या शाप देत होता. 'माझा मुलगा पुजारी आहे. तो देवाची पूजा करतो. त्याने खून केला नाही. तुम्हाला महादेव बघून घेईल' गौतम गांगुर्डेनं शंकर पुजारीच्या हातात बेड्या ठोकल्या होत्या.

दीपक माने, सुरेश चव्हाण, रवी मोरे, सतीश कुलकर्णी आणि अनंत कलशेट्टीच्या घरी धाडी घालून पोलिसांनी त्यांना ताब्यात घेतलं होतं. गुणवंत पाटील, नागनाथ बलशेटवार आणि जगन्नाथ पंडित फाशीच्या डोंगरात पळून गेले होते. त्यांना फरार घोषित करण्यात आलं होतं.

तात्या कांबळेचा खून केल्यानंतर जमावानं दलितांच्या झोपड्या जाळल्या होत्या. कबीर कांबळेच्या अंगणात गाय मरून पडली होती. तात्या कांबळेची हत्या झाल्याचं ऐकून त्याची आई वेडी झाली होती. सिद्धार्थ पगारे आणि काशिनाथ पोळकेला जमावानं बेदम मारहाण केली होती. अनेक दलितांनी गाव सोडून पलायन केलं होतं. धीरज पगारे, संदीप पोळके आणि मंगेश कांबळे ह्यांनी कायमचं गाव सोडलं होतं आणि जगण्यासाठी मुंबई गाठली होती.

अचलपूरच्या गावकऱ्यांनी माणिकचंद आणि गोपीचंदची गाडी अडवून काचा फोडल्या होत्या. 'सदानंद कांबळेच्या पाठीमागे माणिकचंद आणि गोपीचंद उभे आहेत.' असा गावकऱ्यांचा समज होता. त्याला कारणंही तशीच होती. सदानंद कांबळे माणिकचंद आणि गोपीचंदच्या फार्म हाऊसवर वॉचमन होता. तात्या कांबळेच्या हत्येनंतर त्याचं सारं कुटुंब सदानंदबरोबर फार्म हाऊसवर राहात होतं. सदानंद कांबळे न डगमगता गावात फिरत होता. एवढं रामायण घडूनही माणिकचंद आणि गोपीचंद सदानंद कांबळेला थारा देतात ह्याची गाववाल्यांना चीड आली होती. गावकऱ्यांनी गाडीच्या काचा फोडून आपला संताप प्रकट केला होता.

माणिकचंद आणि गोपीचंदच्या गाडीवर प्राणघातक हल्ला झाल्याची बातमी छापून आली होती. सिताफळेचा जावई विलास थोरात ह्याने ही बातमी दिली होती. बातमी छापून आल्यामुळे गावात वचक निर्माण झाला होता. माणिकचंद आणि गोपीचंदला हेच हवं होतं. बातमीमुळं त्यांच्याभोवती वलय निर्माण झालं होतं. प्रा. राहुल बनसोडे, निकम मामा आणि भीमा भोळे ह्यांनी मुद्दाम फोन करून त्यांची चौकशी केली होती. दलितांचे कैवारी म्हणून त्यांना प्रसिद्धी मिळाली होती. गावाविरुद्ध जाऊन कांबळेला आश्रय दिल्याचं श्रेय त्यांना मिळालं होतं.

माणिकचंद आणि गोपीचंद झाल्या घटनेविषयी गंभीर होऊन चर्चा करत होते. गाव महत्त्वाचा की कांबळे महत्त्वाचा हे त्यांना ठरवावं लागणार होतं.

'मला वाटतं, सदानंदला कामावरून काढून टाकू नये. तो आपल्या हुकूमाचे पान बनू शकतो. तो तात्या कांबळेच्या खून खटल्यातील महत्त्वाचा साक्षीदार आहे. प्रा. बनसोडेनी त्याला आयविटनेस बनवलं आहे. गेम खेळायला इतकी बाब पुरेशी आहे.'

'आपण गेम खेळलो नाही तर प्रा. बनसोडे गेम खेळेल. तो सदानंदला वापरल्याशिवाय राहणार नाही. आपण सदानंदला काढून टाकलं तर सिताफळे त्याला कामावर ठेवेल. आणि तो गेम खेळल्याशिवाय राहणार नाही. मग आपणच का गेम खेळू नये ? रामभाऊ कावळेला माहीत आहे, आपणही घटनेचे प्रत्यक्ष साक्षीदार आहोत.'

'सदानंदला सांभाळण्यातच हीत आहे.'

माणिकचंद आणि गोपीचंद आपल्या केबिनमध्ये बसून चर्चा करत होते. बाहेर काऊंटरवर तरुण पोरी काम करत होत्या. सिलेंडरची गाडी आली होती. गॅस सिलेंडर नेण्यासाठी मोठी रांग लागली होती. गाडीतून सिलेंडर खाली टाकले जात होते. माणिकचंदनं बेल मारली. पोरगा धावत आत आला. 'मिलिंद कांबळेच्या घरी सिलेंडर

पाठवा' माणिकचंदनं पोराला दरडावून सांगितलं होतं.

'मिलिंदनं तोंड बंद ठेवलं. नाही तर आपली गोची झाली असती.'

नवीन मुलगी कामासाठी बायोडेटा घेऊन आली होती. माणिकचंदनं तिला आत बोलावलं. तिची मुलाखत घेतली 'मला हे चालत नाही, ते चालत नाही असं म्हणायचं नाही. सांगेल ते काम ऐकावं लागेल. तक्रार चालणार नाही. उशिरापर्यंत थांबण्याची तयारी असेल तर उद्यापासून कामावर ये' माणिकचंद नव्या मुलीला निक्षून सांगत होता. 'काम पटलं नाही तर काढून टाकणार' गोपीचंद माणिकचंदच्या बोलण्याला पुस्ती जोडत होता. शैला सातपुते तिचं नाव होतं. ती प्रत्येक गोष्टीला होकार देत होती. सिताफळेनं चिट्ठी देऊन तिला पाठवलं होतं.

❖❖❖

अचलपूरच्या दलितांसाठी धरणगावात तात्पुरती निवासाची सोय केली होती. मुलं धरणगावच्या शाळेत जात होती. शासनाच्या मदतीनं काही स्वयं-सेवी संस्थांनी दलितांच्या पुनर्वसनाचे काम हाती घेतले होते. अचलपूरमध्ये दलितांसाठी पक्क्या विटांची घरे बांधली जात होती. एक नवी वसाहत उभारली जात होती.

विटा, वाळू, सिमेंट वाहणाऱ्या वाहनांची रोज ये-जा होत होती. कूप नलिका खोदण्याचे काम चालू होते. अनेक मजूर घरबांधणीच्या कामाला लागले होते. पायाभरणी झाली होती. रस्त्यासाठी खडी आणि डांबर येऊन पडले होते. रोहिदासनं शासन दरबारी आपलं वजन वापरून हे काम सुरू केले होतं. अधूनमधून पत्रकार आणि दलित कार्यकर्ते येऊन कामाची पाहाणी करत होते. बांधकामाकडं गावाचं लक्ष लागलं होतं.

जिथं झोपड्या होत्या, तिथं नवीन घरं बांधली जात होती. सार्वजनिक शौचालय आणि सार्वजनिक पिण्याच्या पाण्याची सोय केली जात होती. छोटे वाचनालय आणि व्यायामशाळाही बांधण्यात येणार होती. विजेचे खांब येऊन पडले होते. समाज मंदिराची डागडुजी केली जात होती.

वर्तमानपत्रांतून ह्या कामाला सचित्र प्रसिद्धी मिळत होती. त्यामुळे शासकीय अधिकारी कामातून वेळ काढून बांधकाम पाहायला येत होते. गावात शासकीय वाहनांची ये-जा वाढली होती.

शेजारची मातंग वस्ती मात्र बकाल दिसत होती. तिथल्या झोपड्या डबघाईला

आल्या होत्या. लहू मांग आणि लहू मांगाची बायको द्रौपदी शेजारी चाललेल्या बांधकामाकडे आशेनं पाहायचे. लहू मांगाचं लहान पोरगं राजा दिवसभर वाळूच्या ढिगात खेळायचं. दिसामासानं बांधकाम पूर्ण होत होतं. 'महारांना नवी घरं मिळणार' ही चर्चा सर्वांच्या तोंडी होती.

द्रौपदी बांधकामाच्या कामावर येत होती. तिला चांगली मजुरी मिळत होती. रोज एक दोन विटा घेऊन जायची. टोपलंभर वाळू न्यायची. एक दिवस तिनं गवंड्याला गोड बोलून आपल्या झोपडीपुढं न्हाणी बांधून घेतली होती. बांधकामावर येण्यापूर्वी ती गावातले रस्ते झाडायची.

आज सदानंद कांबळे बांधकाम पाहायला आला होता. बांधकामावर काम करणारे मजूर त्याच्याकडे अधून मधून पाहात होते. 'तात्या कांबळेचा भाऊ' म्हणून कुजबूज करत होते.

❖❖❖

आता महादेवाच्या मंदिरात भजन होत नव्हते. चावडीपुढं गप्पा रंगत नव्हत्या. मारुतीच्या कट्ट्यावर बसून पाणवठ्यावर जाणाऱ्या येणाऱ्या बायकापोरी कोणी न्याहाळत नव्हतं. गावाबाहेर होणारा हुतूतूचा खेळही आता बंद पडला होता.

अचलपूर अस्वस्थ झालं होतं. गावातली तरणीताठी पोरं गजाआड झाली होती. दीपक मानेचं गेल्या वर्षीच लग्न झालं होतं. घरात तो एकटाच कमवता होता. त्याचा गावात पानपट्टीचा खोका होता. त्याला अटक झाल्यामुळे खोका बंद पडला होता. रवी मोरे दहावीच्या विद्यार्थ्यांच्या शिकवण्या घेत होता. दहावी नापास झालेली मुलं पास होण्यासाठी रवी मोरेच्या क्लासला यायची. सुरेश चव्हाण, सतीश कुलकर्णी आणि शंकर पुजारी हे सुशिक्षित बेकार होते. महाविद्यालयात शिकत असताना त्यांनी राखीव जागांविरुद्ध झालेल्या आंदोलनात सक्रिय भाग घेतला होता. जगन्नाथ पंडितने जातीचे बनावट कागदपत्र तयार करून नोकरी मिळवली होती. पुढे त्याचे प्रकरण तात्या कांबळेनं धसास लावले होते. त्यामुळे जगन्नाथ पंडितची नोकरी गेली आणि त्याच्यावर पोलीस केसही झाली होती. गुणवंत पाटील ग्रामपंचायतीचा सदस्य होता. दलितांनी विरोधी पार्टीला मते दिल्यामुळे त्याचे सरपंचपद हुकले होते. अनंत कलशेट्टी आणि नागनाथ बलशेटवार ह्यांनी जातिवाचक शिवीगाळ केली म्हणून त्यांच्यावर मंगेश कांबळेनं पोलीस केस केली होती. ते कोर्टाच्या चकरा मारत होते.

जे तुरुंगात गेले होते त्यांच्या बायका चिडल्या होत्या. त्यांचं घरदार बरबाद होत होतं. लोकांमध्ये त्यांची नाचक्की झाली होती. घरातला कर्ता माणूस तुरुंगात गेल्यामुळं कोणी उसनपासनंही देत नव्हतं. देणेकरी तगादा लावत होते. त्यांच्या घरांचे वासे उलट फिरले होते.

दीपक मानेची बायको सुरेखा माने जेव्हा त्याला तुरुंगात भेटायला गेली, तेव्हा तो ढसढसा रडला होता. सतीश कुलकर्णीनं आपल्या वडिलांची भेट घ्यायला नकार दिला होता. अनंत कलशेट्टी तुरुंगात आजारी पडला होता. रवी मोरेनं जेवण सोडलं होतं. पोलिसांनी मारल्यामुळं सुरेश चव्हाणचा हात फ्रॅक्चर झाला होता. शंकर पुजारीच्या मनावर परिणाम झाला होता. 'धर्माविरुद्ध वागणाऱ्या दलिताला मारणं हा गुन्हा नाही' ही त्याची समजूत धुळीला मिळाली होती. गावकरीही विचलीत झाले होते.

मराठे हवालदार आणि गौतम गांगुर्डेनं सापळा रचून जगन्नाथ पंडितला त्याच्या शेतात अटक केली होती. दलितांवर बेमुर्वतपणे अन्याय करणाऱ्यांना पहिल्यांदाच गजाआड व्हावं लागलं होतं. दलितांना माणूस म्हणून स्वीकारणं सर्वांनाच जड जात होतं. 'कायद्यापुढं सर्व समान आहेत.' हे तत्त्व त्यांना प्रथमच कळालं होतं. 'आपण जन्माने दलितांपेक्षा श्रेष्ठ आहोत, दलितांवर अन्याय करण्याचा आपल्याला जन्मसिद्ध अधिकार आहे' हा गर्व हातात बेड्या पडल्यानंतर गळून पडला होता.

गावानंही दलितांचा धसका घेतला होता. दलितांनी गावकी नाकारली होती. हीन काम सोडून दिले होते. त्यामुळे गावकऱ्यांचं पित्त खवळलं होतं. दलितांना स्वाभिमानाची जाणीव झाली होती. कोणी दलितांचा छळ करण्याचा प्रयत्न केला तर त्यांच्यावर पोलिस केस होत होती. गावकरी कात्रीत सापडले होते. महारांनी काम नाकारलं तर मांग करतील. शेणपाणी कोणीही करेल. पण पायातल्या जातीनं गावकऱ्यांचा अहंकार दुखावला होता. त्याचं काय ? गाव सगळा एक झाला होता. आता तर दलितांसाठी नवीन घरं बांधली जात होती. त्यामुळे त्यांचा पोटशूळ उठत होता.

❖❖❖

शाळा भरली होती.

कसबे गुरुजी वर्गात बाबासाहेब आंबेडकरांचा पाठ शिकवत होते. वर्ग चिडीचूप होता.

मधली सुट्टी झाली आणि गावात बातमी पसरली. 'कसबे गुरुजींनी वर्गात आंबेडकर शिकवला.' गाव बिथरला होता. नरेंद्र पाटील चिडला होता. त्याने गावातील लोक गोळा केले. बाजीराव चव्हाण सगळ्याच्या पुढे होता. सदाशिव मोरे आरडाओरड करून गाव जमवत होता. रामभाऊ कावळे मात्र आजारी असल्याचे भासवून वाड्याबाहेर पडला नाही.

लोकांचा गोंधळ ऐकून शाळा हादरली होती. वर्गातील लहान मुलं रडत होती. नरेंद्र पाटील, बाजीराव चव्हाण आणि सदाशिव मोरे वर्गात घुसले होते. वर्ग घाबरला होता. 'काय हो गुरुजी तुम्ही आमच्या मुलांना आंबेडकर शिकवला की नाही ?' वर्गातील सर्व मुलांनी समूहस्वरात ओरडून सांगितलं 'होय ऽऽ' त्यानंतर वर्गात भयावह शांतता पसरली. कसबे गुरुजींना घाम फुटला. त्यांची भंबेरी उडाली.

'बोला ऽ खरं आहे की नाही ?'

'जे पुस्तकात आहे तेच मी शिकवलं.'

'पुस्तकात तुमचा आंबेडकर कसा काय असू शकतो ?'

'पुस्तकात बाबासाहेब आंबेडकर ह्यांच्यावर एक पाठ आहे.'

'असला पाठ आमच्या मुलांना शिकवू नका.'

'परीक्षेत त्याच्यावर प्रश्न येऊ शकतो.'

'आमची पोरं नापास होतील पण आंबेडकराचा पाठ शिकणार नाहीत.'

'मी शिक्षक आहे. मी हा धडा शिकवणारच.'

'मास्तर खोटं बोलत असणार. महाराचा आंबेडकर पुस्तकात कसा असेल ? पुस्तकात आहे तर का बघा.'

'दाखवा कुठं आहे ते.'

'हा पहा ऽ हा धडा ऽ पान नंबर ४२.'

'इकडं आणा पुस्तक'

'हे घ्या.'

'पोरांनो ऽ मी आंबेडकराच्या धड्याची पानं फाडतो. तुम्ही पण फाडा.'

मुलांनी दफ्तरांतून आपली पुस्तके काढली. पुस्तकातील पान नं ४२ काढले आणि पुस्तकातली पानं फाडली. फाडलेली पानं कसबे गुरुजींच्या तोंडावर फेकली. 'हूर्यो ऽऽ' करत सर्वजण वर्गाबाहेर पडले. क्षणात वर्ग रिकामा झाला. बाबासाहेबांचे चित्र असलेली असंख्य पानं वर्गभर विखुरली होती. कसबे गुरुजींनी सर्व पानं एकत्र केली. पानापानांवरील बाबासाहेब पाहिले. कसबे गुरुजींच्या पापण्यातील पाणी पेटलं होतं.

गावातलं वातावरण ढवळलं होतं. कसबे गुरुजींनी बदलीसाठी अर्ज केला

होता. 'हे गाव जातीयवादी आहे. इथं मला असुरक्षित वाटतं. माझी अन्यत्र कोठेही बदली करावी.' कसबे गुरुजींनी बदलीसाठी अर्ज केल्याची बातमी गावभर झाली होती. कसबे गुरुजींना गावातल्या लोकांची भीती वाटायची. त्यांना वाटायचं, 'गाववाले आपला खून करतील. हातपाय तोडतील. डोळे काढतील.' तर गाववाल्यांना कसबे गुरुजींची भीती वाटायची. 'हा शिकलेला माणूस आहे. त्याला कायदा माहीत आहे. हा आपल्याला खोट्या केसमध्ये गोवू शकतो' कसबे गुरुजींना वाटायचं, 'आपली बदली कधी होईल ?' तर गाववाल्यांना वाटायचं, 'ही ब्याद कधी जाईल ?'

कसबे गुरुजी घरी निघाले होते. ते रोज येऊन-जाऊन करायचे. 'कसबे गुरुजींची बदली करावी' म्हणून गाववाल्यांनी शिक्षण अधिकाऱ्याकडं ठराव पाठवला होता. 'कसबे गुरुजी गावात राहात नाहीत. शाळेत वेळेवर येत नाहीत. त्यामुळं मुलांचं शैक्षणिक नुकसान होत आहे' अशी गाववाल्यांची तक्रार होती. कसबे गुरुजींच्या शेजारी गोडबोले गुरुजी येऊन बसले. ते संघाचे कट्टर कार्यकर्ते होते.

'आता दोन दिवस सुट्ट्या आहेत. काय करणार ?'

'मी बदलीसाठी प्रयत्न करणार आहे.'

'कसबे गुरुजी, तुम्ही कोठेही जा. प्रत्येक गावात जातीयता आहेच. प्रत्येक ठिकाणी तुम्हाला त्रास होणारच आहे. तुम्ही त्रास सहन करण्याची सवय करून घ्या म्हणजे त्रास होणार नाही.'

'मला जन्मापासून त्रास सहन करण्याची सवय आहे.'

'प्रत्येक गावात गावगुंड असतातच. अचलपूरमधल्या साताठ गुंडांनी तात्या कांबळेची हत्या केली म्हणून सगळा गाव मारेकरी ठरत नाही. गावाची लोकसंख्या जवळजवळ तीन हजार आहे. त्यातले साताठ माणसं दुष्ट प्रवृत्तीची असू शकतात. आपण त्यांच्याशी मुकाबला केला पाहिजे. सर्व हिंदू जातीयवादी नाहीत. आपला हिंदू धर्म सहिष्णू आहे.'

'बरोबर आहे. गायीला पवित्र माना आणि माणसाला अपवित्र माना. विषारी नागाला दूध पाजा आणि माणसांची हत्या करा. ही तुमची सहिष्णुता आहे.'

'पूर्वीसारखी आता जातीयता कोठे आहे ?'

'तात्या कांबळेचा खून होऊन किती दिवस झाले ?'

गोडबोले गुरुजी आणि कसबे गुरुजी चर्चा करत होते. आजबाजूचे प्रवासी कान टवकारून त्यांचं बोलणं ऐकत होते. बसमध्ये गर्दी वाढत होती. कंडक्टर तिकीटे देत होता. पुढच्या स्टॉपवर गोडबोले गुरुजी उतरले. रिकाम्या जागेवर सुरेखा माने बसली. बसच्या धक्क्याने सुरेखा मानेचं शरीर गुरुजींच्या अंगावर वेलीसारखं पसरत चाललं होतं. कसबे गुरुजी अंग चोरुन बसले होते. त्यांचा मुटकूळा झाला होता.

कायद्याने सार्वजनिक ठिकाणावरची अस्पृश्यता नष्ट करण्यात आली आहे. त्यामुळेच गोडबोले गुरूजी माझ्या शेजारी बसले. आता सुरेखा माने माझ्याजवळ बसली आहे. नाही तर हे कसं शक्य होतं ? कसबे गुरुजी विचारात गढले होते.

'का हो गुरूजी ऽ तुम्ही बदलीसाठी अर्ज केला म्हण. खरं आहे का ?'

'होय ! रोज जाण्या-येण्याचा खर्च होतो. वेळ वाया जातो'

'मग गावातच राहायाचं.'

'कुठं राहायचं? आमच्या वस्तीत भाड्यानं घ्यायला घर नव्हतं. आणि गावात भाड्यानं घर मिळत नव्हतं.'

'तुमच्या लोकांसाठी सरकार नवीन घरं बांधत आहे. आता तुम्हाला चांगलं घर मिळेल.'

'बघू ऽ बदली नाही झाली तर.'

'तुमच्या पुढाऱ्यांबरोबर ओळखी आहेत. तुमची बदली होईलच..'

'तुम्ही थोडं नीट बसता का ?'

'का तुम्हाला आवडत नाही ?'

सुरेखा माने कसबे गुरुजींपासून फटकून दूर बसली. पुढच्या स्टॉपवर तिनं सीट बदललं.

❖❖❖

सोनाली हळदीच्या अंगानं जेव्हा अचलपूरमध्ये आली तेव्हाच तिचा बिछाना, ढोलकी आणि घुंगरांच्या जुगलबंदीनं कासावीस झाला होता. तिच्या गोऱ्या अंगावर गाणं गोंदलं होतं. ती सैरभैर झाली होती. तिला अविट मीलनाच्या बेधुंद प्रहरातही नृत्याचा पदन्यास ऐकू यायचा. ती आपल्या खोलीची खिडकी उघडी ठेवायची आणि गाणं चोरपावलानं प्रियकरासारखं अंथरूणात यायचं. तिला वाटायचं तिच्या शेजारी तिच्या अंगावर हात टाकून एक पहाडी आवाज विसावला आहे. तिनं प्रभाकरकडं पाहिलं. त्याच्या अंगावर शाल व्यवस्थित पांघरली. त्याचा चेहरा अनिमिषपणे न्याहाळला. ती उठली. सुटलेला अंबाडा बांधला. खिडकीजवळ उभी राहिली. वाड्याच्या उंचच उंच भिंतीमुळं वाड्याबाहेर काय चाललंय हे कळत नव्हतं. जीवाला हुरहूर लावणारा आवाज मात्र ऐकू येत होता. भिंतीतून हार्मोनियमचे स्वर पाझरत होते. पिंपळपानांच्या सळसळीतून ढोलकीचा ताल ऐकू येत होता. वाड्यातल्या बागेतून रातराणी दरवळल्यागत

गाणं दरवळत होतं. तिनं प्रभाकरला जागवलं.

'गच्चीवर जाऊ या का ?'

'का ?'

'मला नाच गाणं पाहायचंय.'

'उद्या पाहू. झोप अशी.'

प्रभाकरनं सोनालीला आपल्या कुशीत ओढलं आणि तिच्या ओठावर ओठ टेकवले. तिला अंगाखाली घेतलं. संगीत आणि संभोगाच्या लयीवर ती पिसासारखी तरंगत होती. तिच्या रोमारोमात हिम वर्षाव होत होता. तिच्या अंगावर दव पडलं होतं.

दुसऱ्या दिवशी मात्र प्रभाकरला सोनालीचा हट्ट मोडता आला नाही. ते दोघे गच्चीवर गेले होते. चंदेरी प्रकाशात न्हालेल्या गावावर नजर टाकताना सोनालीला अनोखं वाटत होतं. वाड्याच्या समोर पायघड्यांसारखा गाव पसरला होता. महारवाडा मात्र गावापासून तुटलेला. झोपड्या झोपड्यांत वसलेला. महारवाड्यांला लागूनच मातंग वस्ती होती. मांगाच्या दहा पंधरा झोपड्या होत्या.

महारवाड्यात समाज मंदिर होतं. समाज मंदिराच्या मागे पिंपळाचं भलं मोठं झाड होतं. झाडावर निळा झेंडा फडकत होता. महारवाड्यात दोन चार धाब्याची घरं होती.

सगळा महारवाडा समाज मंदिरासमोर जमा झाला होता. ढोलकीचा ताल रात्रीला गुदगुल्या करत होता. प्रभाकर सोनालीच्या खांद्यावर हात टाकून उभा होता. 'काय नाच गाणं बघताय ? मजा आहे बुवा तुमची' सुधाकरनं मध्येच येऊन दोघांचा एकांत ढवळला होता. त्यामुळे प्रभाकर चिडला होता. 'तू का चिडतो रेऽ ? ही काय तुझी एकट्याची बायको आहे ?' सुधाकरचा उलटा सवाल ऐकून सोनालीला हसू आलं होतं.

सुधाकर गच्चीवर गेल्याचं पाहून काशीबाई गच्चीवर आली. ती त्याला खाली नेण्याचा प्रयत्न करत होती पण सुधाकर आढेवेढे घेत होता. 'हा प्रभाकर माझ्यावर उगाच चिडतोय. सांग त्याला. तू ह्याची एकट्याची आई आहेस ? सोनाली तू पण सांग. तू ह्याची एकट्याची बायको आहेस ?' काशीबाईनं सुधाकरच्या बडबडण्याकडं दुर्लक्ष केलं आणि त्याला ओढून खाली नेलं. 'चल पुण्याला जायचंय. मधुकरकडं' सुधाकरला खाली नेल्यामुळे प्रभाकरला हवा तसा एकांत मिळाला होता.

'तुम्ही नाच गाणं खूप पाहिलं असेल.'

'पूर्वी खूप पाहिलं. त्यासाठी वडिलांचा मार खाल्ला. तात्या कांबळेच्या आजोबाचा तमाशा चांगला व्हायचा. त्याच्या वडिलांचाही तमाशा चांगला असायचा. गावानं त्यांच्या कलेचं नेहमीच कौतुक केलं, ते निर्भेळ करमणूक

करायचे. गाव बिदागी द्यायचा. लोक पोट भरून हसायचे. बक्षीस द्यायचे. आताच्या जलशात देव देवतांना शिव्या दिलेल्या असतात. विनोद नसतो. आम्ही एकदा महारवाड्यांत घुसून जलसा बंद पडला होता.'

'कलावंतांना काय मारायचे ?'

'तात्या काबंळेचे आजोबा, वडील खरे कलावंत होते. तात्या कांबळे आंबेडकराचा प्रचार करत असतो. पूर्वी गावातल्या वरातीपुढं महारं नाच करायचे. तात्या कांबळेनं ही प्रथा मोडली. तो कोणाच्याच वरातीपुढे नाचत नाही. पूर्वी गावाचा शब्द मोडण्याची काय बिशाद होती ? आता काळ बदलला आहे.

'आपल्या वरातीपुढं नाच होणार होता.'

'वडिलांची तशी इच्छा होती. पण महारांनी नाच केला नाही.'

'बरं झालं. नाही तर वरात घरी पोहोचायला सकाळ झाली असती.'

'आणि पहिली रात्र वाया गेली असती ?'

प्रभाकर कावळे आणि सोनाली हसत होते. त्यांचं हसणं रंगलेल्या मैथुनागत होते. निरभ्र मोकळ्या आभाळाखाली ते एकमेंकांना बिलगले होते. त्यांच्या दोन देहाचं एक गाणं झालं होतं.

रात्री प्रभाकरच्या बाहूत निद्रेच्या आधीन होताना तिला भूतकाळातील स्मृती साद घालत होत्या. ती रम्य भूतकाळात पुन:पुन्हा रमत होती. तिला महाविद्यालयातले दिवस आठवत होते. कडूगोड आठवणीनं तिचं मन भरून आलं होतं.

महाविद्यालयात शिकत असताना तिने स्नेहसंमेलनाच्या कार्यक्रमात नृत्य केले होते. हे नृत्य वन्स मोअर झाले होते. ह्या नृत्यामुळे सोनाली अनेक नजरांचा विषय बनली होती. ती कॉलेज क्वीन झाली होती. स्थानिक वर्तमानपत्राच्या 'कॉलेज विश्व' ह्या सदरात तिचा फोटो आणि मुलाखत छापून आली होती. तिच्याबरोबर रोहितचाही फोटो छापून आला होता. रोहित होस्टेलवर राहणारा दलित विद्यार्थी होता. रोहित आणि सोनाली ह्यांचे एकत्र फोटो छापून आल्यामुळे काही सवर्ण विद्यार्थी चिडले होते. सोनालीने आपल्या मुलाखतीमध्ये रोहितचं कौतुक केलं होते, ते सवर्ण विद्यार्थ्यांना आवडलं नव्हतं. ते बिथरले होते. 'तिला नाचायचे होते तर आमच्याबरोबर नाचायचे होते. आम्ही नाचलो असतो तिच्याबरोबर. तिनं दलित मुलाबरोबर नाचून आमचा अपमान केलाय' सवर्ण मुलांनी सोनाली आणि रोहितच्या नृत्यामधले विविध पोजचे फोटो तिच्या घरी पाठवले होते. त्यामुळे सोनालीचे वडील बळीराम पाटील बेचैन झाले होते. 'एका दलित मुलाने आपल्या मुलीला नाचवले' ह्या भावनेनं ते विचलित झाले होते.

सोनाली आणि रोहितचा पूर्व परिचय नव्हता. केवळ कार्यक्रमांमुळे ते दोघे

एकत्र आले होते. रोहित दलित आहे ही कल्पनाही तिच्या मनाला शिवली नव्हती. उलट ती रोहितच्या नृत्यावर खूष होती. त्याचा स्वभाव तिला आवडला होता. दोघे मनमोकळे बोलत होते.

सोनाली कविता करायची. कथा कादंबऱ्या वाचायची. ती भरतनाट्यम् शिकली होती. लोकनृत्यही तिला आवडायचं. तिच्या कविता स्थानिक वर्तमानपत्राच्या रविवार पुरवण्यातून छापून यायच्या. तिच्या कवितांमध्ये मीलनाविषयी प्रचंड उत्सुकता जाणवायची. तिच्या कवितेचा नायक केवळ पुरुष होता. तिच्या कविता म्हणजे तिच्या भावूक मनाच्या असंख्य सावल्याच होत्या. सोनालीच्या कवितांची डायरी तिच्या वडिलांच्या हाती लागली आणि कविता वाचून त्यांचा गैरसमज झाला. त्यांनी सोनालीचं शिक्षण बंद केलं. तिची तुटलेल्या पतंगासारखी अवस्था झाली. प्रचंड मानसिक तणाव सहन करत ती जगली.

लग्न झाल्यानंतर सोनाली शहरातून खेड्यात आली. प्रभाकर कावळेबरोबर तिनं आपलं नवीन वैवाहिक जीवन सुरू केलं होतं.

❖❖❖

तात्या कांबळेच्या घरात गाणं पिढीजाद होतं. जणू तमाशा हाच ह्या घराण्याचा वंशवृक्ष होता. तमासगीराचं घराणं म्हणून त्यांची ख्याती होती. त्यांच्यामुळेच अचलपुरात गाणं आणि घुंगरू कायमचं वस्तीला आलं होतं. तात्या कांबळेचे आजोबा पिराजीराव कांबळे हे प्रसिद्ध तमासगीर होते. ते एकटेच स्त्री आणि पुरुषाच्या आवाजात गायचे. 'सत्यवान सावित्री' 'दामाजीपंत' आणि 'राजा हरिश्चंद्र तारामती' अशा खेळांनी त्यांचा नावलौकिक झाला होता.

तात्या कांबळेचे वडील उमाजीराव कांबळे तर तमाशावेडेच होते. त्यांनी घरादाराकडं दुर्लक्ष करून पूर्णपणे तमाशालाच वाहून घेतलं होतं. त्यांनी बैलगाडीच्या जागी जुनी मोटर विकत घेतली होती. तंबू, कनात, लाकडी स्टेज, लाईट, साऊंड व्यवस्था आणि चाळीस कलावंतांचा टोलेजंग फड घेऊन ते तमाशाचे प्रयोग करत असत. तमाशा लोकप्रिय करण्यासाठी त्यांनी तमाशात नाच्याऐवजी नाचीला आणले. अहमदाबाद, सूरत, इंदौर, नागपूर, औरंगाबाद आणि पुणे येथे जाऊन त्यांनी आपले प्रयोग केले. त्यांच्या ह्या फिरतीमुळे त्यांना तात्या कांबळे नंतर दुसरे मुलं दहा वर्षांनी झाले. त्याचे नाव त्यांनी सदानंद ठेवले होते. त्यांच्या सदा आनंदी असण्याच्या वृत्तीचं

हे द्योतक होतं.

तात्या कांबळेनं हा वसा नव्या रूपात पुढं चालवला. तमाशा करून छंदी फंदी लोकांची करमणूक करण्यापेक्षा अज्ञानाच्या अंध:कारात चाचपडणाऱ्या समाजबांधवांना जागृत करण्याचे काम त्यांनी हाती घेतले. तमाशाऐवजी त्यांनी 'आंबेडकरी जलसा' सुरू केला. गावोगावी जाऊन त्यांनी दलित वस्त्यांमध्ये प्रयोग केले. त्यांनी नवीन दमाचे तरुण पुढं आणले. त्यांना गाणं बजावणं शिकवलं. कबीर कांबळे, मंगेश कांबळे, सिद्धार्थ पगारे, धीरज पगारे, काशिनाथ पोळके आणि संदीप पोळके असे पंचविशीतील तरुण तात्या कांबळेच्या हाती लागले. तात्या कांबळेचा मुलगा रोहित आणि भाऊ सदानंदही अधूनमधून सहकलाकाराची भूमिका करत असत. तात्या कांबळेंच्या आंबेडकरी जलशामुळे अचलपूरला नाव मिळालं होतं. 'तात्या कांबळेचं अचलपूर' अशी ह्या गावाची ओळख होत होती. तात्या कांबळे सूत्रधाराची भूमिका करायचा. कबीर कांबळे गाणी रचायचा. संवाद लिहायचा. मंगेश कांबळे ढोलकी वाजवायचा. काशिनाथ पोळके हार्मोनियम वाजवायचा. सिद्धार्थ पगारे सोंगाड्याचं काम करायचा. धीरज पगारे नायकाचं पात्र करायचा. संदीप पोळके खलनायकाची भूमिका समर्थपणे वठवायचा. गेल्या दोन वर्षांपासून तात्या कांबळे जलशात पाटलाची भूमिका करत होता. त्याची ही भूमिका लोकांच्या पसंतीला उतरली होती. लोक त्याला 'पाटील' म्हणूनच संबोधत होते.

अधूनमधून समाजमंदिरापुढे जलाशाच्या रंगीत तालमी व्हायच्या. आणि गावाला रंगमंचाचं रूप यायचं. गावाचा कान महारवाड्याकडं झोका घेत राहायचा.

❖❖❖

तात्या कांबळेच्या जलशामुळं गावातलं वातावरण ढवळलं होतं. शिवभजन ऐकायला येणारी मंडळी जलसा पाहायला जात होती. त्यामुळे विष्णू पुजारी काळजीत पडले होते. लोकांच्या अंधश्रद्धांना तडे जात होते. शिवमंदीर सुने सुने वाटत होते. तात्या कांबळेच्या वाढत्या प्रभावामुळे जगन्नाथ पंडितचे माथे भडकले होते. मधुकर कावळे, गुणवंत पाटील, सतिश कुलकर्णी, नागनाथ बलशेटवार, दीपक माने, अनंत कलशट्टी, सुरेश चव्हाण, रवि मोरे आणि विष्णू पुजारीचा मुलगा शंकर पुजारी मंदिरात जमले होते. सर्वांच्या मधोमध विष्णू पुजारी बसला होता. 'तात्या कांबळेचा जलसा बंद पाडला पाहिजे' ह्यावर त्यांचं एकमत झालं होतं. प्रत्येकजण हिरीरीने आपलं मत मांडत

होता.

'आपल्या देवाधर्माला आव्हान देणाऱ्याचा काटा काढला पाहिजे' विष्णू पुजारी.

'दलितांचा सर्वनाश केला पाहिजे.' शंकर पुजारी.

'सर्वप्रथम आंबेडकरांचा पुरस्कार करणाऱ्या महारांना वेगळं पाडलं पाहिजे. दलितांमधल्या इतर अनुसूचित जाती-जमातींना आपल्या बाजूला वळवलं पाहिजे. दलितांच्या संघटनांमध्ये फूट पाडली पाहिजे. त्यांच्या नेत्यांना, कार्यकत्यांना, विचारवंतांना, लेखकांना वाममार्गाला लावले पाहिजे. त्यांना भ्रष्ट बनवले पाहिजे. व्यसनी बनवले पाहिजे. एखादी एडस् झालेली सुंदर स्त्री ह्यांच्यावर सोडली पाहिजे.' जगन्नाथ पंडित.

'आपल्या अधिकाऱ्यांना हिंदूत्ववादी बनवलं पाहिजे. दलितांच्या प्रत्येक कामात अडचणी निर्माण केल्या पाहिजे. दलितांना सत्तेपासून आणि अधिकारांपासून दूर ठेवले पाहिजे' सतीश कुलकर्णी.

'भाषणं करु नका. तात्या कांबळेविषयी बोला' मधुकर कावळे.

राखीव जागेमुळे तात्या कांबळे गावाचा पाटील होईल म्हणून मधुकर कावळे चिडला होता, तात्या कांबळेनं नोकरी घालवली म्हणून जगन्नाथ पंडित सुडाने पेटला होता, तात्या कांबळेमुळे सरपंच पद हुकलं म्हणून गुणवंत पाटील चिडला होता, तात्या कांबळेच्या जलशामुळे लोकांचा देवाधर्मावरील विश्वास उडाला तर मंदीराचे उत्पन्न बुडेल म्हणून विष्णू पुजारी अस्वस्थ झाला होता. सर्वांच्या मनात असंतोष माजला होता.

किड्यामुंग्यांसारखं छुद्र जीवन जगणारी माणसं फुत्कारत होती. त्यामुळे सवर्णांचा अंहकार दुखावला होता. दलितांच्या स्वाभिमानानं सवर्णांमध्ये संतप्त प्रतिक्रिया उमटत होत्या. 'त्यांनी आमची सेवा चाकरी करावी. आम्ही देईल ते घेऊन धन्य मानावं' अशी सवर्णांची भूमिका होती. दलितांनी ह्या व्यवस्थेला नाकारलं होतं.

द्रौपदीच्या आवाजानं मंदिरातली बैठक मोडली. एकेकजण मंदिराबाहेर पडला. द्रौपदी मंदिराबाहेर उभी होती. तिने खराटा काखेत खोवला होता. जमिनीवर पदर पसरून तिनं मनोभावे शिवाचं दर्शन घेतलं होतं. विष्णू पुजारी नेहमीप्रमाणे मंदिराच्या पायऱ्यांवर उभा राहिला. द्रौपदीनं ओटी पसरली. विष्णू पुजारीनं तिच्या ओटीत वरुन नारळ टाकला. द्रौपदीनं मनोभावे आपला माथा नमवला. विष्णू पुजारीनं हात उंचावून आशीर्वाद दिला.

द्रौपदी पाठमोरी होईपर्यन्त विष्णू पुजारी तिच्याकडे पाहात होता. तो नंदीसारखा दारात उभा होता. त्याच्या गळ्यातले शिवलिंग आता झुलू लागले होते.

❖❖❖

राजहंसांच्या समूहनृत्यानं जलसा सुरू झाला होता. अत्यंत बेहोषीने आणि उल्हासाने राजहंस नाचत होते. त्यांचे नृत्य पाहाताना सोनाली देहभान हरपून गेली होती. नृत्याच्या शेवटी करूण स्वर निनादले होते. नृत्य संपत असतानाच राजहंसांनी राजमहालाच्या आकारात उभं राहिलं होतं.

राजमहालात राजा, राणी आणि वैद्य होते. राणी आजारी होती. तिच्यावर उपचार चालू होता. ती बरी होत नव्हती. राजा दुःखी होता. प्रजा दुःखी होती. राणीच्या आजाराची माहिती सर्वत्र पसरली होती. एके दिवशी एक बैरागी दारात आला.

'महाराज, राणीसाहेब अशा बऱ्या होणार नाहीत.'

'तू कोण रे?'

'मी नारद, नारायण ऽ नारायण ऽ'

'नारदमुनी!'

'होय महाराज'

'महाराणी कशा बऱ्या होतील?'

'त्याच्यासाठी ...'

'मी वाट्टेल ते करायला तयार आहे.'

'मग दुसरं लग्न करा.'

'गाढवा ऽ सॉरी, नारदमुनी. ही राणी कशी बरी होईल ते सांगा.'

'राणी बरी होईल. त्यासाठी तिला राजहंसाचं रक्त आणून लावावं लागेल. नाही तर ती स्वर्गाची वाट धरेल. नारायण ऽ नारायण ऽ'

'मी आदेश सोडतो.'

'काय सोडता?'

'आदेश.'

'सोडा सोडा.'

'मी आदेश सोडतो.'

'सोडा ना ऽ'

'जो कोण राजहंस पकडून आणेल. त्याला माझे अर्धे राज्य देईन.'

'नारायण ऽ नारायण ऽ म्हणजे फासेपारधी अर्धा राजा होणार?

नारायण ऽ नारायण ऽ'

राजमहालाच्या आकारात उभे असलेले राजहंस, नारद, राजा, राणी, राजवैद्य समूह नृत्य करू लागले. 'आपण अर्ध्या राज्याचे राजे होणार' ह्या आनंदाने ते बेहोष झाले होते.

तात्या कांबळे ते नयनमनोहर नृत्य पाहात होता. अधूनमधून सूचना करत होता. तात्या कांबळे आता जलशात भाग घेत नव्हता. नवी टीम तयार झाली होती. तात्या कांबळेची जागा कबीर कांबळेनं घेतली होती.

नृत्याच्या शेवटी करुण स्वर ऐकू येत होते. नृत्य संपलं होतं. नृत्य करणारे नर्तक शिकारी बनले होते. ते आक्रमक झाले होते. हिंस्त्र झाले होते. शिकारीसाठी वेडेपिसे झाले होते. त्यांना राजहंसाची शिकार हवी होती. हातात शस्त्र घेऊन ते दाहीदिशा भटकत होते.

'राजहंस तर ह्याच सरोवरात राहात होते.'

'त्यांना कोणी तरी बातमी पुरवली असणार.'

'बातमी पुरवण्याची गरजच काय?'

'म्हणजे?'

'अरे आपला वेश शिकाऱ्याचा आहे. आपल्या हातात शस्त्रे आहेत. हे राजहंसांना कळाल्याशिवाय राहील?'

'साला ऽ तू हुशार आहेस.'

'आपण शिकाऱ्याचा वेश टाकून दिला पाहिजे. शस्त्रे टाकून दिली पाहिजेत.'

'मग काय होईल?'

'आपण साधूचा वेश परिधान करू. हातात माळ घेऊ. तोंडानं मंत्र जपू.'

'मग काय होईल?'

'आपण शिकारी असल्याचं राजहंसांना कळणार नाही. ते उडून जाणार नाहीत. सरोवरातच राहातील. आपण त्यांना सहजपणे पकडू. शस्त्राचीसुद्धा गरज भासणार नाही.'

'मुँह में राम बगल में छुरी.'

'क्या बात है!'

शिकारी आनंदाने नाचत होते. त्यांना नवीन आयडीया सूचल्याचा

आनंद झाला होता. ते एकमेकाला टाळी देत होते. त्यांचं नृत्य असूरी वाटत होते.

नृत्याच्या शेवटी करूण स्वर ऐकू येत होते. त्या पाठोपाठ राजहंसांचा आक्रोश ऐकू येत होता.

संन्याशांनी राजहंस पकडला होता. ते विजयी मुद्रेने राजवाड्याकडे निघाले होते.

सूत्रधार कबीर कांबळे पहाडी आवाजात स्वगत बोलत होता. तात्या कांबळे त्याला आवाजाची चढउतार समजावून सांगत होता. *'बंधूंनो ऽ मारेकऱ्यांनी आपला वेश बदलला आहे. आपली भाषा बदललेली आहे. आपली भूमिका बदलली आहे. आपले शस्त्र बदलले आहे. आपण आता अधिक सावध होण्याची गरज आहे.'*

❖❖❖

सोनालीला झोप येत नव्हती. ती कूस बदलत होती. रात्र प्रहर बदलत होती. मध्यरात्रीनंतर लहू मांगाची आरोळी ऐकू आली. 'जागं राहा ऽऽ' कुत्र्यांच्या भुंकण्यानं रात्र अधिक गूढ आणि भेसूर वाटत होती. काळोख दलदलीसारखा वाटत होता. लहू मांगाची आरोळी हळू हळू दूर जात होती. सोनालीला राजहंसांचा खेळ आठवत होता. त्यातला प्रमुख स्वर परिचयाचा वाटत होता. तिनं प्रभाकरला जागवलं आणि त्याच्या कुशीत स्वत:ला झोकून घेतलं.

सकाळी ती उशिरा उठली. वाड्यात प्रभाकरचे मित्र जमले होते. सगळे तणावग्रस्त वाटत होते. प्रभाकर अस्वस्थ दिसत होता. सोनालीनं जगन्नाथ पंडितची नजर टाळली. त्याची नजर तिला कवेत घेऊ पाहात होती. त्याची नजर वाईट होती. दुपारी सर्वजण वाड्यातच जेवले. सर्वांचे करता करता ती थकून गेली.

श्रीपतराव झोपाळ्यावर झुलत होता. रामभाऊ कावळे पोथी वाचत होता. काशीबाई सोनालीला काम समजावून सांगत होती. पार्वतीबाई देवघरात तेलवाती वळत होती. घरातले नोकर काम संपवून शेतावर गेले होते. सुधाकर दोरीवरून उड्या मारत होता. गोठ्यात जनावरं रवंथ करत होती. भूताळी जनावरांचं शेणपाणी करत होता. घरात माणसांचा राबता होता.

प्रभाकर आज घरी आला नव्हता. सोनालीला आजचा दिवस जड गेला. ती दिवसभर प्रभाकरची वाट पाहात राहिली. तिला उदास उदास वाटत होतं. तिला वाडा कारागृहासारखा वाटत होता. वाड्याच्या उंचच उंच भिंती पाहून तिला अधिक एकाकी वाटत होतं. जगापासून तुटल्याची भयाण जाणीव तिला कुरतडत होती. तिला फाशीचा डोंगर आठवला. डोंगरातले मृतात्मे आठवले. मृतात्म्यांच्या अतृप्त इच्छा आठवल्या. ती भ्याली. तिला अनेकवेळा सुधाकर मृतात्माच वाटायचा.

अंधार पडला होता. जेवणवेळ टळून गेली होती. गाव अंथरुणाच्या तयारीला लागला होता.. प्रभाकर अजून घरी आला नव्हता. सोनाली कंटाळली होती. महारवाड्यात ढोलकीवर थाप पडली होती.

'वर जायाचं का ?' सुधाकर

'कशाला ?' सोनाली

'नवरा बायकोचा खेळ खेळू. तू बायको हो. मी नवरा होतो.' सुधाकर

'प्रभाकर रागावेल' सोनाली

'मी गाणं म्हणू का ?' सुधाकर

'तुम्ही शाळा का शिकला नाहीत ?' सोनाली.

'मला शाळेला आग लावावी वाटते' सुधाकर.

'का?' सोनाली.

'तिथं लहान मुलांना कोंडतात' सुधाकर.

सुधाकरचं विचित्र हसणं, त्याचे वेडसर हावभाव, तऱ्हेवाईक वागणं, मतिमंदपणा जाणवून देणारा त्याचा चेहरा, बालबुद्धी असलेलं त्याचं वर्तन आणि त्याचे थोराड शरीर ह्याची सोनालीला भीती वाटत असे. तिला सुधाकरची हळूहळू सवय होत होती. त्याच्या सवयी कळत होत्या.

सोनाली आणि सुधाकर गच्चीवर गेले होते. थंड वारा वाहात होता. छान चांदणं पडलं होतं. पौर्णिमा उद्यावर आल्याने चंद्र पूर्ण दिसत होता. पांढरे ढग आभाळभर बागडत होते. सगळा महारवाडा समाज मंदिरासमोर जमा झाला होता. धनगर आळीतली माणसं घरावर बसून महारांचं नाचगाणं बघत होती. सदाशिव मोरे माळवदावर अंथरूण करत होता. शिव मंदिराचं दार अजूनही उघडंच होतं.

तात्या कांबळे गात होता. समूह नृत्य करत होता.

कबीर कांबळे शिकारी झाला होता. त्याच्याजवळ पाळलेले तितर होते. सदानंद काबळे, संदीप पोळके, धीरज पगारे, सिद्धार्थ पगारे, काशिनाथ पोळके हे पाळलेल्या तितराच्या भूमिकेत काम करत होते. तात्या कांबळे त्यांना सूचना करत होता. पाळीव तितर आपल्या

मालकाचं प्रेम संपादन करण्यासाठी चिवचिव करत होते. त्यांच्यात मालकाची मर्जी मिळवण्यासाठी स्पर्धा चालू होती. कबीर कांबळे दाणे टाकत होता. त्यांच्याशी बोलत होता.

'तितरांनो ऽ पिंजऱ्यात आहात म्हणून सुरक्षित आहात.' कबीर कांबळेचं बोलणं ऐकून पाळलेले तितर माना डोलायचे. 'हा पिंजरा ईश्वर निर्मित आहे. ह्या पिंजऱ्यात राहाणं तुमच्या नशिबात लिहिलं आहे.' कबीर कांबळे धारदार आवाजात बोलायचा. पाळीव तितर लाचार व्हायचे. नम्रपणे बोलायचे. 'आमच्या नशिबात असेल तसे होईल.' मंगेश कांबळे सूत्रधार झाला होता. तो पाळलेल्या तितरांना भडकावत होता. 'तितरांनो ऽ हा पिंजरा म्हणजे तुमची गुलामी आहे. ह्या पिंजऱ्याचा त्याग करा' पाळलेले तितर समूह स्वरात बोलायचे, 'स्वातंत्र्यही मिळेल. त्यासाठी ईश्वराविरुद्ध बंड करण्याची गरज नाही. तो ह्या विश्वाचा निर्माता आहे.'

पाळलेले तितर नम्र व्हायचे. अत्यंत निराशेने प्रार्थना म्हणायचे. त्यांच्या आवाजात कारुण्य ओथंबलेलं असायचं.

'ईश्वरा आम्ही स्वातंत्र्याचा तिरस्कार करतो.
आम्हाला दोन वेळची भाकरी हवी.
आम्हाला भाकरी देणारी व्यवस्था चिरंजीव होवो.'

जलसा रंगात आला होता. मध्येच अंबादास काठी घेऊन उभा राहिला. प्रेक्षकांच्या माना त्याच्याकडे वळल्या. म्हातारा आवेषाने बोलू लागला, 'हा कसला खेळ चाललाय ? आम्हाला काहीच कळत नाही. आमचा वेळ बरबाद होतोय. 'राजा हरिश्चंद्र तारामती'चा खेळ लावा. हे बंद करा.' तरुण मुलं अंबादासवर चिडले होते. 'ये म्हाताऱ्या ऽ गप्प बस ऽ. बघायचं असेल तर बघ. नाहीतर जाऊन झोप.' अंबादासची बाजू घेऊन नामदेव उभारला. 'म्हाताऱ्याचं बरोबर आहे. तुम्ही हे नवीन काय सुरू केलंय ? गाववाले खवळलेत. देवाधर्माची कथा लावा.' तात्या कांबळेनं मध्यस्थी केली. वातावरण निवळलं. अंबादास काठी टेकत घरी निघून गेला. पुन्हा जलसा सुरू झाला.

मंगेश कांबळे आवेशाने बोलत होता. **'गुलामीची सवय झालेल्यांना स्वातंत्र्याची भीती वाटत असते. स्वातंत्र्याची मागणी केली तर त्यांना त्यांचा छळ होण्याची भीती वाटत असते. अन्यायाविरुद्ध उभं राहाण्याची ताकद ज्या मनात नाही ते मन कधीच मेलेले असते. मेलेल्या मनाचा माणूस जिवंत असूनही मृतच असतो. हे मुडदयांनो ऽ जागे व्हा' मुडदे जागे होऊन नृत्य करू लागले.**

तोच नामदेव पुन्हा उभा राहिला. 'तुम्ही मुडदे कोणाला म्हणताय ? हे सगळं आम्हाला उद्देशून आहे.' तात्या कांबळे उठून नामदेवजवळ गेला. त्यांच्या खांद्यावर हात ठेवला. 'तू हा जलसा पूर्ण पाहा. त्यानंतर आपण चर्चा करू. तात्या कांबळेचं बोलणं ऐकून नामदेव शांत झाला. तात्या कांबळेनं त्याला आपल्या शेजारी बसवलं.

पुन्हा जलसा सुरू झाला. जलसा चालू असताना होणारी भांडणं पाहून धनगर आळीतली माणसं झोपी गेली. सोनालीला मात्र ही भांडणं प्रयोगाचाच एक भाग वाटत होती. सुधाकर सोनालीच्या खांद्यावर हात ठेवून उभं राहाण्याचा प्रयत्न करत होता. सोनाली त्याचा हात पुनः पुन्हा झटकत होती. सुधाकरला त्याचं काही वाटत नव्हतं.

कबीर कांबळे पाळलेले तितर घेऊन जंगलात जायचा। दाणे टाकायचा। पाळलेले तितर दाणे खाण्यासाठी सोडून द्यायचा। पाळीव तितर चिवचिव करत दाणे खायचे। पाळलेल्या तितरांचा आवाज ऐकून जंगली तितर यायचे। चिवचिव करायचे। दाणे खायचे। शिकारी कबीर कांबळे जाळं घेऊन यायचा। पाळलेले तितर उडून जायचे नाहीत कारण ते पाळीव होते। जंगली तितरांना हे कळायचं नाही। ते पाळलेल्या तितरांबरोबर दाणे खात राहायचे। शिकारी कबीर कांबळे ह्याचाच फायदा घेई आणि जाळं टाकी। जंगली तितरांना पकडून त्यांचे पंख छाटी। त्यांना विकण्यासाठी बाजारात घेऊन जाई।

'ही मादी आहे। हिची किंमत सर्वात अधिक आहे। कारण ती तरुण आहे। सुंदर आहे। ती सुंदर पिलांना जन्म देणार आहे।'
जंगली तितर आक्रोश करायचे।
'हा तरुण तितर। मजबूत आहे। ह्याची किंमतही अधिक आहे। ह्याचे मांस खाताना मजा येईल।'
जंगली तितर आक्रोश करायचे।

सूत्रधार मंगेश कांबळे पुढे यायचा। स्वगत बोलायचा। 'हे पाळलेले तितर घरभेदी आहेत। ते आपल्या स्वार्थासाठी पाळीव झाले आहेत। पाळीव तितरांचा वापर करून जंगली तितरांची शिकार केली जात आहे। त्यामुळे जंगल धोक्यात आले आहे। आता आपण शत्रूंचे हत्यार बनलेल्या पाळीव तितरांविरुद्ध बोलले पाहिजे।' जंगली तितर निर्वासितांसारखे उभे होते। ते गोंधळले होते। घाबरले होते। त्यांचं भवितव्य धोक्यात आलं होतं। पाळीव तितर मात्र आनंदी होते। चिवचिव करत होते। त्यांना धन्य धन्य वाटत होतं।

सोनाली जलसा पाहण्यात तल्लीन झाली होती. सुधाकर जलसा पाहून तसा

अभिनय करण्याचा प्रयत्न करत होता. प्रभाकर कावळे अचानक गच्चीवर आला होता आणि सोनालीवर कडाडला होता. 'महाराचा नाच पाहतेस ? महार आहेस का ?' सुधाकर भयभीत होऊन पळून गेला होता. सोनाली रडवेली झाली होती. तिची अवस्था पकडलेल्या तितरांसारखी झाली होती.

सुधाकरबरोबर इतक्या रात्री वर आल्यामुळे प्रभाकर चिडला होता की त्याच्या मनातील महारांविषयीची घृणा उफाळून आली होती ? की प्रभाकरच्या मनातील अस्वस्थतेचा स्फोट झाला होता ? सोनाली खाली मान घालून निमूटपणे प्रभाकरबरोबर वाड्यात गेली. आभाळातला तारा तुटला होता. मध्यरात्र उलटून गेली होती. महारांचा जलसा बंद झाला होता. लहू मांगाची आरोळी ऐकू आली होती. प्रभाकरचं अस्तित्व आज नित्यापेक्षा वेगळं वाटत होतं. सोनाली रूसली होती. मनातून धुसमत होती.

सुधाकर झोपेत जलशातलं गाणं गात होता. रामभाऊ कावळे त्याच्यावर चिडले होता. 'गप्प झोप ऽ' म्हणून खेकसत होता. सोनालीला मात्र झोप येत नव्हती. तिला तिच्या वडिलाचं बोलणं आठवलं 'तू महाराच्या पोराबरोबर नाच करून आमची बेईज्जत केली आहेस ?' तिला महाविद्यालयातले दिवस आठवले. कविता आठवल्या. मैत्रिणी आठवल्या. मुलींच्या चेष्टा आठवल्या. मुलांच्या खट्याळ नजरा आठवल्या. रोहितबरोबर केलेले नृत्य आठवले. त्यानं तिला अलगद डोईवर उचलून धरलं तेव्हा टाळ्यांचा पडलेला पाऊस आठवला. कॅमेऱ्यांचे फ्लॅश आठवले. हे आठवत ती कधी झोपी गेली हे तिलाही कळाले नव्हते. सोनाली उठण्याच्या अगोदरच प्रभाकर उठला होता. तो तयार होऊन वाड्याबाहेर गेला होता. सोनालीला जाग आली तेव्हा तिला प्रभाकरचं अंथरूण रिकामं दिसलं होतं. कदाचित रात्रीच्या प्रकारामुळे प्रभाकर वैतागून घराबाहेर पडला असेल असं तिला वाटलं होतं. सुधाकर अजूनही झोपला होता. तो झोपेत दात खात होता.

प्रभाकर दुपारी जेवणासाठी घरी आला नाही. त्याची घरात चर्चाही झाली नाही. सकाळीच श्रीपतराव, पार्वतीबाई आणि सुधाकर शेतावर गेले होते. भूताळी जनावरांचा गोठा साफ करत होता. काशीबाई बागेत फिरत होती. रामभाऊ कावळे पोथी वाचत होता. सोनाली घरकाम उरकत होती.

दिवस उतरणीला लागला होता. श्रीपतराव, पार्वतीबाई आणि सुधाकरचं जेवण घेऊन भूताळी शेतावर गेला. रामभाऊ कावळेंचा आज ऊपवास होता. आज सासूसुनेनं एकत्र जेवण केलं. सोनालीला आजचा दिवस धोंड्यासारखा वाटला. संपूर्ण दिवस शांत आणि सुना सुना गेला.

हृदयविकाराच्या तीव्र झटक्याने निकम मामांचे निधन झाले होते. रोहिदासचा एक विश्वासू कार्यकर्ता कायमचा पडद्याआड झाला होता. मिलिंद कांबळे, भीमा भोळे, पंडित कानडे, गौतम गांगुर्डे, चंद्रकांत अंभोरे, दयानंद किणीकर आणि रोहिदास एकत्र आले होते. विद्यार्थी दशेत असताना निकम मामांनी त्यांना अनेक वेळा मदत केली होती.

अत्यंयात्रेला प्रा. राहूल बनसोडे, रमा बाबर आणि याकूब शेखही उपस्थित झाले होते.

अत्यंयात्रेनंतर सर्वजण शासकीय विश्रामगृहात जमले होते. गोविंद सरवदे गोळीबारात ठार झाला. अनिरूद्ध कुलकर्णीला जमावानं जाळलं. ईश्वर इंगळेची हत्या झाली. निकम मामा हार्ट अ‍ॅटकने गेले. आता उरलेल्यांनी एकत्र येऊन काम केलं पाहिजे अशी भावना सर्वांच्या बोलण्यातून व्यक्त होत हाती. तात्या कांबळेच्या दुःखातून चळवळ अजून सावरली नव्हती. निकम मामांच्या निधनामुळे एका निधड्या छातीच्या कार्यकर्त्याला चळवळीनं हरवलं होतं.

❖❖❖

दुपारचं रणरणतं उन माथ्यावर घेत मी महानगरपालिकेच्या दवाखान्याकडं चाललो होतो. तिथं दुसऱ्या बाळंतपणासाठी लक्ष्मीला ॲडमिट केलं होतं. केवळ लक्ष्मीच्या आग्रहासाठी आणि तिच्या भांडणाला कंटाळून हे दुसरं मुलं होऊ दिलं होतं. कर्जामुळे माझ्या मस्तकात किडे पडले होते. मी दवाखान्याजवळ वळत होतो. माझी नजर बस स्टॉपवर गेली. तिथं आकर्षक वेषात एक स्त्री उभी होती. मी तिच्याकडे ओढला गेलो. तिचं शरीर लोहचुंबक तर नसावं !

तिचे डोळे मला निमंत्रण देत होते. तिच्या स्मित हास्यानं माझ्या मनातील सर्व ताण सैल झाले होते. बायको ॲडमिट आहे, घर रिकामं आहे, रिक्षा करून हिला घरी नेता यईल. माल चांगला आहे. पण शेजाऱ्यानं पाहिलं तर ? हिला पैसे कोठून देणार ? फुकट झोपेल ?नंतर गोंधळ केला तर... ? मी हळू हळू तिच्याकडे सरकतो.

लक्ष्मीसाठी रक्ताची बाटली आणायची होती. कसबे गुरुजींना

निरोप पाठवला होता. माझं शरीर मात्र चक्रीवादळासारखं त्या अनामिकेला धडकायला चाललं होतं.

ईश्वरा मला शिस्न दिलेस

शिस्नाच्याशेजारी योनी दिली असतीस

तर तुझे किती उपकार झाले असते !

मी बस स्टॉपवर येतो. ती अचलपूरची सुरेखा माने होती. दुरून ओळखता आलं नाही. नवरा जेलमध्ये आणि ही रस्त्यावर. मी तिथून पळ काढला.

लक्ष्मीला ऑपरेशन थिएटरमध्ये नेलं होतं. आता तिचं दुसरं सिझरिंग होईल. माझ्यावर प्रचंड मानसिक ताण आला होता. मी दवाखान्याच्या प्रांगणातील पिंपळाखाली बसून चिंतन करत होतो. प्रज्ञा आणि कसबे गुरुजी औषधे आणण्यासाठी गेले होते. बसल्या बसल्या मी केळीवालीकडे नजरांचे फासे टाकत होतो. पण ती दाद देत नव्हती. केवळ विरंगुळा म्हणून येणाऱ्या जाणाऱ्या बायकांच्या फिगरध्ये नजर खोवत होतो. दवाखान्यातल्या नर्सची बॉडी चांगली वाटली. पण थोबाड ट्रकसारखं होतं. मी तिचा नाद सोडून दिला. ती पटली असती.

रिक्षातून बाळंतपणासाठी पेशंटला आणलं होतं !

रोज किती जन्मतात ? किती मरतात ? लोकांना खायला अन्न मिळणार नाही. नोकऱ्या मिळणार नाहीत. महागाई वाढेल. महागाईला कंटाळून कुटुंबकर्ता आत्महत्या करेल. अशा आत्महत्यांचा सामाजिक आरोग्यावर परिणाम होईल. महागाई आणि बेकारीला कंटाळलेली लोकसंख्या जळत्या घरासारखी असते. लोक रस्त्यावर उतरतील. दंगे करतील, चोऱ्या करतील.

नर्स धावत आली होती. लक्ष्मीला मुलगी झाली होती. नर्स आमच्या शेजारची होती. लक्ष्मीला मुलगा हवा होता. प्रज्ञाला भाऊ हवा होता. मीही नर्व्हस झालो होतो. पुन्हा मुलगी ही न लपवता येणारी नाराजी होती.

पूर्वी बालहत्या होत. गर्भपात होत. आजही मुलीचा गर्भ पाडला जातो. त्यामुळे स्त्रियांची संख्या कमी होत आहे. स्त्री-पुरुष संख्येतील

वाढणारी तफावत नव्या अराजकाकडे घेऊन जाईल. स्त्रियांची संख्या कमी झाल्याने तिची मागणी वाढेल. तिची किंमत वाढेल. पुरुषांना अविवाहित राहावं लागेल. बलात्कार वाढतील. व्यभिचार वाढेल. लैंगिक संबंध शिथिल होतील. रक्तसंकर होईल. जातिव्यवस्था इतिहासजमा होईल. अनाचारातून धर्माचं नवं रूप अस्तित्वात येईल.

प्रज्ञा आणि कसबे गुरूजी औषधं घेऊन आले होते. मी त्यांना मुलगी झाली म्हणून सांगतो. त्यांनाही हवा तेवढा आनंद झालेला दिसत नव्हता.

माणिकचंद आणि गोपीचंदची गाडी आली होती. मला आनंद झाला होता. मी त्यांना सकाळी फोन केला होता. मला शिक्षा भोगून तुरुंगातून सुटलेल्या कैद्यासारखे वाटले होते. मी त्यांच्याबरोबर कँटीनकडे गेलो. काऊंटरवर सेक्सने पूर्ण भरलेली बाई बसली होती.

'माणूस हा सद्‌गुणांचा पुतळा असला पाहिजे असा आग्रह का? त्याच्या सदगुणांबरोबरच दुर्गुणही स्वीकारले पाहिजेत. आपण त्याच्यातील दुर्गुण नष्ट करायला गेलो तर त्यांचे सदगुणही नष्ट होतील. दुर्गुण आहेत म्हणून सदगूण आहेत.' माणिकचंद.

'मला तुमच्यातील सद्‌गुणांपेक्षा दुर्गूण आवडतात.' मी

'काऊंटरवरचा माल कसा वाटतो ?' गोपीचंद

'स्त्री म्हणजे चैन असते.' मी

'ईश्वराने माणसाला खेळण्यासाठी स्वर्गातून जमिनीवर पाठवलं आहे. खेळण्यासाठी देह दिला आहे.' माणिकचंद

'मी दारू पित असलो तरी हिंदुत्ववादी आहे. तू हिंदुत्वविरोधी आहेस. आयडॉलॉजी वेगळी. जगणं वेगळं. मी तुझ्याबरोबर दारू पिऊ शकतो. जगण्याच्या पातळीवर आपण समान आहोत. ही तडजोड इथं चालते. आयडॉलॉजीच्या पातळीवर मात्र नाही.' गोपीचंद

'मानवी जीवन क्षणभंगुर आहे. अनिश्चित आहे. माणसानं पशूसारखं शरीर पातळीवर जगावं. बस्स.' मी

'आंबेडकर सोडून दिलास का ?' माणिकचंद

माणिकचंदचा मोबाईल वाजला. 'प्रा. बनसोडेचा फोन आहे. एक मिनिट' माणिकचंद मोबाईला कानाला लावला होता. 'बोला सर ऽ कशी आठवण आली आमची ? तुम्ही आदेश द्या. कधी भेटायचं सांगा' माणिकचंद मिस्किलपणे हसत बोलत होता.

'प्रा. बनसोडे भेटायचं म्हणतोय. अचलपूरमधल्या रस्त्याला तात्या कांबळेचं नाव द्यायचा त्याचा विचार आहे. कार्यक्रम करेल. बाकी काय ?' माणिकचंद.

'कार्यक्रमासाठी मदत मागायची असेल ! पाच रूपये खर्च करेल. पन्नास रूपये जमा करेल. चळवळ म्हणजे धंदाच झालाय.' गोपीचंद

माणिकचंदने माझ्या हातावर दोन हजार ठेवले. 'मोजून घे. मोजून द्यावे लागतील.' मी नोटा खिशात ठेवल्या. 'पगार झाला की देऊन टाकेन.' मी बोलत असतानाच गोपीचंद मध्येच बोलला. 'अजून सिताफळेचे पैसे दिले नाहीस.' मी डिस्टर्ब झालो. माणिकचंद आणि गोपीचंद निघून गेले. मी बिल दिलं. काऊंटरवर पुन्हा एकदा नजर मारली, 'साली ऽ डनलॉपची गादी आहे. मस्त झोपता येईल हिच्या अंगावर.'

लक्ष्मीला जनरल वॉर्डमध्ये आणून टाकलं होतं.

❖❖❖

ठरल्याप्रमाणं माणिकचंद आणि गोपीचंद कार्यक्रमाला उपस्थित राहिले होते. कार्यक्रमाचा सगळा खर्च त्यांनी उचलला होता. ज्या रस्त्यावर तात्या कांबळेनं देह ठेवला होता, त्या रस्त्याचं नामकरण करण्यात आलं होतं. 'हुतात्मा तात्या कांबळे पथ.' रस्त्यावर नामफलक लावला होता. 'भीम शक्ती' ह्या संघटनेच्या अचलपूर शाखेचा नामफलकही लावला होता. अध्यक्ष म्हणून कबीर कांबळे तर सचिव म्हणून काशिनाथ पोळके ह्यांची नावे रंगवली होती. संस्थापक म्हणून प्रा. राहूल बनसोडे ह्यांचं नाव ठळक अक्षरात रंगवलं होतं.

गावातले तरूण चिडले होते. तेही एकत्र आले होते. त्यांनीही 'शिवशक्ती' नावाची संघटना स्थापन केली होती. शिवाचे त्रिशूळ हे बोधचिन्ह म्हणून त्यांनी स्वीकारले होते. त्यांच्यातही चर्चा होत होत्या. बैठका होत होत्या. 'दलित संघटित होत असतील तर आपणही संघर्ष केला पाहिजे, जातीय तणाव वाढवल्याशिवाय आपल्या संघटनेचं अस्तित्व सिद्ध होणार नाही. त्यांना ह्या गावात राहायचं असेल तर त्यांनी गावकऱ्यांचा अनुनय केला पाहिजे. गावाचा विश्वास संपादन केला पाहिजे. आमच्या

औदार्यावरच त्याच्या अधिकारांची मान्यता अवलंबून आहे हे त्यांनी विसरता कामा नये.' नरेंद्र पाटील सवर्ण तरूणांना चिथावत होता. दलितविरोधी भावनांना खतपाणी घालत होता.

'स्वातंत्र्योत्तर काळात अस्पृश्यता निवारण्यासाठी मोठे प्रयत्न झाले आहेत. दलितांना शासनाच्या सवलती मिळतात. त्यांची प्रगती होते. दलितांना भयमुक्त जीवन जगता आले पाहिजे. त्यांना त्यांचे हक्क मिळाले पाहिजे. पण ते बहुसंख्याकांच्या प्रगतीतील अडसर ठरता कामा नये. दलितांविषयी चांगलं वातावरण निर्माण होत असताना त्यांनी जुनाट दु:खणे उगाळण्याचे कारण काय ?' बाजीराव चव्हाण नरेंद्र पाटलाच्या भूमिकेचं समर्थन करत होता.

'रोटीबंटी, बेटीबंद कायम ठेवून हिंदूचे संघटन केले पाहिजे. शुद्धीकरणाची चळवळ चालवली पाहिजे. अद्यापि अस्पृश्यता निवारण्याचा काळ आला नाही. तेव्हा दलितांनी आस्ते कदम घेतले पाहिजे. त्यांनी लोकांच्या मनोवृत्ती दुखावू नयेत.' अशी भूमिका हेमा पंडितने मांडली होती.

गावातले तरूण 'शिवशक्ती' ह्या नावाने एकत्र आले होते. गावात रोज महाआरती होत होती. महाआरतीला सगळा गाव लोटत होता. मंदिरावर ध्वनिक्षेपक बसवले होता. गाव शिवमय झाला होता. विष्णू पुजाऱ्याचं गावातलं महत्त्व वाढलं होतं. सवर्ण तरूण आक्रमक झाले होते. हातात त्रिशूल घेऊन फिरत होते. एकमेकांना भेटल्यानंतर 'हर हर महादेव ऽ' म्हणून अभिवादन करत होते.

गावकुसाबाहेरही पाणी पेटलं होतं- 'भीमशक्ती'चे कार्यकर्ते एकत्र बसत होते. त्यांच्यात चर्चा होत होत्या. कबीर कांबळे, काशिनाथ पोकळे, सिद्धार्थ पगारे आणि रोहित कांबळे हे प्रमुख कार्यकर्ते होते. मिलिंद वाचनालयात संघटनेच्या बैठका भरत होत्या.

> 'नुसत्या राजकीय स्वातंत्र्याने जनतेचे कल्याण होईल हा भ्रम आहे. एकदा लोकशाही राज्यव्यवस्था स्वीकारली की अधिकाराचा विस्तार अपरिहार्य ठरतो. दलितांना स्वतंत्र आणि स्वाभिमानी बनवण्याची सरकारची खरी कळकळ असेल आणि इथले अधिकारी सेवाभावाने प्रेरित झाले असतील तरच दलितांना सामाजिक न्याय मिळू शकेल.' काशिनाथ पोळके.
>
> 'सवर्णांनी त्यांच्या इतिहासाकडे जरा पाहिलं पाहिजे. त्यांच्या लोकांना तेवढ्या मनोवृत्ती आहेत आणि आम्हाला मनोवृत्ती नाहीत काय ? हजारो वर्षे आम्हाला तुच्छ लेखून आमच्या मनुष्यत्वाची विटंबना केली आहे. आम्हाला हिंदू समाजात समान हक्क हवेत. ते आम्ही शक्य तो हिंदू समाजात राहून आणि जरूर पडल्यास कवडीमोल ठरलेल्या हिंदूत्वावर लाथ मारून मिळणार आहेत.'

सिद्धार्थ पगारे

'ब्राह्मणाचे वर्चस्व केवळ पुराणाच्या आधारावर नाही. ते अधिकाराच्या जागेवर आहेत. हजारो वर्षांपासून समाजासमाजात सुसंस्कृत संबंध नव्हते. ते भेदभावावर आधारित होते.' रोहित कांबळे

'आपण हिंदू धर्माचा त्याग केला पाहिजे. मुसलमान किंवा ख्रिश्चन झालं पाहिजे. भीमनगरमध्ये चर्च किंवा मशीद बांधली पाहिजे. त्याशिवाय हिंदू ताळ्यावर येणार नाहीत.' काशिनाथ पोळके.

'इथं बुद्धविहार बांधलं पाहिजे' रोहित कांबळे

दलित तरूणांमध्ये दलित जाणिवा प्रखरपणे जागृत होत होत्या. ते बाबासाहेबांचे साहित्य अधाशासारखे वाचत होते. हिंदू धर्माची चिकित्सा करत होते. त्यांच्या मनात अन्यायाविरूद्ध चीड निर्माण होत होती.

❖❖❖

हायकोर्टातून जामीन नाकारण्यात आला होता.

मधुकर कावळे हताश झाला होता.

❖❖❖

ज्यादिवशी जगन्नाथ पंडिताने आत्महत्या केली होती त्या दिवशी अचलपूरमध्ये मोठा कार्यक्रम झाला. ज्या रस्त्याचं नाव 'हुतात्मा तात्या कांबळे पथ' असं ठेवलं होतं, त्याच रस्त्याचं गावातल्या टोकाला 'कैलासवासी जगन्नाथ पंडित मार्ग' असं नामकरण करण्यात आलं होतं. मोठा बोर्ड लावण्यात आला होता. जगन्नाथ पंडितची पत्नी हेमा पंडित हिच्या हस्ते नामफलकाचे उद्घाटन करण्यात आले होते.

माणिकचंद आणि गोपीचंद गावातल्या कार्यक्रमालाही आवर्जून उपस्थित होते. त्यांनी गावातल्या कार्यक्रमासाठीही देणगी दिली होती. ग्रामपंचायतीपुढे मोठा मंडप टाकला होता. घरापुढे रांगोळ्या घातल्या होत्या. रस्त्याच्या दुतर्फा भगवे झेंडे लावले

होते. व्यासपीठावर जगन्नाथ पंडितचा मोठा फोटो लावला होता. 'आपण आक्रमक झाल्याशिवाय हिंदुत्वाला धार येणार नाही. हिंदुत्वाला धार आल्याशिवाय दलित नमणार नाहीत. आता हिंदू समाज जागा झाला आहे, त्यामुळे हिंदूंवर टीका करण्याचे सोडून दिले पाहिजे' हेमा पंडितने लिहून आणलेले भाषण वाचून दाखवले होते. गोडबोले गुरूजींनी तिला भाषण लिहून दिले होते.

कार्यक्रम संपल्यानंतर रस्त्याने जाणाऱ्या मुसलमानाला जमावानं पकडलं होतं. त्याच्या कपाळावर गुलाल फासला होता आणि त्याला सक्तीने 'वंदे मातरम्' म्हणायला लावले होते. ''इस देशमें रहेना होगा । तो 'वंदे मातरम्' कहेना होगा.'' अशा घोषणा दिल्या होत्या.

सगळ्या गावात भावनिक ऐक्याची लहर पसरली होती. भीमनगरवर भीतीचे सावट पसरले होते. गावभर हिंदुत्वाची उग्र लाट पसरली होती. गाव हिंदुत्वाच्या मुद्द्यावर एक झाला होता. गावातला हिंदुत्वाचे बळ समजले होते. त्यांच्या मनात भगवे वादळ घोंघावू लागले होते.

कार्यक्रम संपल्यानंतर माणिकचंद आणि गोपीचंद हेमा पंडितच्या घरी गेले होते. तिची ओळख करून घेतली होती. तिला आपले व्हिजिटिंग कार्ड दिले होते. माणिकचंद हेमा पंडितच्या स्पर्शासाठी उतावीळ झाला होता. त्याच्या मस्तकात मैथुनाचे वादळ उठले होते. हेमा पंडितच्या सौंदर्याने उत्तेजित झालेल्या माणिकचंदच्या मनात लाह्यासारखे शब्द फुटत होते.

माझ्या शरीरात वीर्याचा समुद्र उफाळून येवो
मैथुनाच्या वेडानं माझ्या मस्तकात असंख्य वादळं उठो
माझ्या शिस्नाला आजन्म टणकपणा प्राप्त होवो
तिच्या शरीरात गारांचा पाऊस पडो
हिमवर्षाव होवो
आणि तिचा माझा चिखल होवो !

सोनालीनं वाड्यावर उभं राहून रस्त्याच्या नामकरणाचा कार्यक्रम पाहिला होता. गावानं कात टाकली होती. नव्या संकल्पना घेऊन गाव उभा राहात होता.

हिंदू धर्माचा इमला उभा असलेला पाया निखळून बाजूला होत होता. त्यामुळे हिंदू चिडले होते. त्यांना हजारो वर्षांच्या वहिवाटीने मिळालेली विशेष सत्ता सोडायची नव्हती. गाव आणि गावकुसाबाहेर संघर्षाने पेट घेतला होता. हजारो वर्षे एका वर्गाने निघृणपणे शोषण केले होते आणि दुसऱ्या वर्गाने ते निमूटपणे सहन केले होते. इतिहासाचे चक्र आता उलटे फिरले होते. नव्या समाजरचनेसाठी जुन्या समाज रचनेची पडझड चालू होती. गाव आणि गावकुसाबाहेरचा संघर्ष आता अटळ होता. हा संघर्ष

कुठलं रूप धारण करणार एवढाच प्रश्न शिल्लक होता.

सोनाली अस्ताला जाणाऱ्या सूर्याकडे पाहात होती. खूप दिवसानंतर भीमनगरमधून हार्मोनियमचे मधूर स्वर ऐकू येत होते

दलित तरूणांनी धर्मान्तराची घोषणा केली होती. देव आणि त्यांचे ग्रंथ गुलामीचे सूचक आहेत ते नाकारले पाहिजेत.

सायंकाळी अचानक लाऊड स्पीकरचा आवाज ऐकू येऊ लागला. जोरजोरात हिंदी सिनेमांची गाणी ऐकू येऊ लागली. गावात कसला तरी कार्यक्रम असणार आणि त्यामुळेच प्रभाकर आज घरी आला नसणार असं सोनालीला वाटलं न वाटलं तोच लाऊड स्पीकरवर बाबासाहेब आंबेडकरांची गाणी वाजू लागली. ह्याचा अर्थ आज महारवाड्यात कार्यक्रम असणार ! प्रभाकर घरी का आला नाही ह्याची सोनालीला काळजी वाटत होती. लाऊड स्पीकरवरील गाणी बंद झाली. आणि जोरजोरात सूचना सुरू झाल्या. 'कार्यक्रमाचे प्रमुख पाहुणे आलेले आहेत. थोड्याच वेळात कार्यक्रमाला सुरूवात होणार आहे तरी भीमनगरमधल्या जनतेनी कार्यक्रमाच्या ठिकाणी त्वरित हजर व्हावे.' अशा सूचना पुनः पुन्हा खूप वेळ ऐकू येत होत्या. अधूनमधून गाणी ऐकू येत होती.

अखेर सायंकाळी सभेला सुरुवात झाली होती. धम्मचक्र परिवर्तनाचा कार्यक्रम सुरू झाला होता. सभेच्यापूर्वी सामुदायिक बुद्धवंदना घेण्यात आली. सोनाली घरात बसल्या बसल्या कान देऊन सभेतल्या वक्त्यांची भाषणं ऐकत होती. तिला गच्चीवर जाऊन सभा पाहायची होती. पण तिला प्रभाकरचा संताप आठवला आणि तिने आपल्या मनाला मुरड घातली. तात्या कांबळे भाषण करत होता. त्याच्या आवाजात आक्रमकता होती. तो बाबासाहेब आंबेडकरांचे विचार उद्धृत करत होता, *'जो धर्म तुम्हाला देवळात जाऊ देत नाही, त्या धर्मात तुम्ही का राहता ? जो धर्म तुमच्या माणुसकीला किंमत देत नाही, त्या धर्मात तुम्ही का राहता ? जो धर्म तुम्हाला पाणी मिळू देत नाही, त्या धर्मात तुम्ही का राहता ? ज्या धर्मात माणसाशी माणुसकीने वागण्याची मनाई आहे तो धर्म नसून शिरजोरी आहे. ज्या धर्मात अमंगल पशूचा स्पर्श झाला असताना चालतो पण माणसाचा स्पर्श चालत नाही तो धर्म नसून वेडगळपणा आहे. जो धर्म एका वर्गाला विद्या शिकू नये, धनसंचय करू नये, शस्त्र धारण करू नये असे सांगतो, तो धर्म नसून माणसाच्या जीवनाचे विडंबन आहे.'*

सोनालीला तात्या कांबळेचं भाषण ज्वालामुखीसारखं वाटत होतं. तिच्या आयुष्यात प्रथमच ती हिंदू धर्मावर इतकी परखड टीका होताना ऐकत होती. तिला हिंदू धर्माचा दुसरा बहिष्कृत चेहरा आज दिसत होता.

काशीबाई वरचेवर अस्वस्थ होत होती. 'हे अजून कसे आले नाहीत' असं वारंवार म्हणत होती. श्रीपतराव, सुधाकर आणि पार्वतीबाई दिवस मावळला तरी मळ्यावरून आले नव्हते. त्याची काशीबाई काळजी करत होती. पण प्रभाकर आज दिवसभर आला नव्हता. त्याचा एका शब्दानेही उल्लेख होत नव्हता. सोनालीला हे एक कोडंच वाटत होतं. 'वर जाऊन बघून तर ये' काशीबाईनं सोनालीला सांगण्याचा उशीर तोच सोनालीनं जिन्याकडे धाव घेतली आणि गच्चीवर गेली.

डोंगराच्या उतरणीला दूर दूर दोन हेडलाईट दिसत होते. मळ्याकडून ट्रॅक्टर येत होता. सोनालीनं महारवाड्याकडं पाहिलं. समाज मंदिरापुढं सभा चालू होती. मंडप टाकला होता. निळे झेंडे फडकत होते. अबालवृद्ध भाषण ऐकत होते. टाळ्या वाजवून प्रतिसाद देत होते. तात्या कांबळेचं भाषण संपलं होतं. दुसरा वक्ता बोलायला उठला होता.

गावातल्या शिव मंदिरात भजनाला सुरूवात झाली होती आणि गावकुसाबाहेर प्रबोधनाला सुरूवात झाली होती. सोनाली अंतर्मुख झाली होती.

सुरेश चव्हाणने तात्या कांबळेला चिठ्ठी पाठवली होती. तात्या कांबळे व्यासपीठावरून खाली उतरला होता. तात्या कांबळे , सुरेश चव्हाण, शंकर पुजारी आणि रवि मोरे ह्यांच्यात कुजबूज झाली होती. अखेर तात्या कांबळे त्यांच्याबरोबर गावात निघाला. सभेतील आठ दहा तरूण तात्या कांबळेबरोबर निघाले. तात्या कांबळेनं सर्वांची समजूत घातली. 'कार्यक्रम महत्त्वाचा आहे. सभा झाली पाहिजे. बाहेरून पाहुणे आलेत' तात्या कांबळे एकटाच गावात गेला होता.

तात्या कांबळे, सुरेश चव्हाण, रवी मोरे आणि शंकर पुजारी गावातल्या चौकात आले होते. तालमीत लपून बसलेले प्रभाकर कावळे, गुणवंत पाटील, जगन्नाथ पंडित, सतीश कुलकर्णी, अनंत कलशट्टी, दीपक माने आणि नागनाथ बलशेटवार हातात शस्त्रे घेऊन धावत बाहेर आले होते. आणि त्यांनी तात्या कांबळेवर हल्ला केला होता. तात्या कांबळे निसटला होता पण शंकर पुजारीनं त्याला धरलं होतं. सर्वजण तात्या कांबळेवर तुटून पडले होते. तात्या कांबळे ओरडत होता आणि गावातल्या घरांचे दरवाजे पटापट बंद होत होते. प्रभाकर कावळेच्या हातात तलवार होती. जगन्नाथ पंडितच्या हातात कुऱ्हाड होती. गुणवंत पाटीलच्या हातात भाला होता. इतरांच्या हातात चाकू होते. सोनालीला हे दृश्य पाहून हादरा बसला होता. आभाळ फाटलं होतं. धरणी दुभंगली होती. तोच माणिकचंद आणि गोपीचंदची कार आली होती आणि प्रक्षुब्ध जमाव पसार झाला होता. तात्या कांबळे जागच्या जागी धरणीवर कोसळला होता.

सोनाली जागच्या जागी थिजली होती. ती भ्याली होती. तिच्या घशाला कोरड पडली होती. तिला दरदरून घाम फुटला होता. तिचे हातपाय गळाटले होते. तिच्या डोळ्यापुढं अंधारी आली होती. तिनं स्वतःला सावरलं. प्रभाकर कावळे हिंस्त्र श्वापदासारखा तात्या कांबळेवर तुटून पडताना तिनं पाहिलं होतं. तिचा स्वतःवरचाच विश्वास उडाला होता. सोनालीला रडता येत नव्हतं. ओरडता येत नव्हतं. ती गोंधळली होती. तिला तिच्या भांगात तात्या कांबळेचं रक्त भळभळत असल्याचा भास होत होता.

महारवाड्यातली सभा उधळली होती. लोक सैरावैरा पळत होते. गावात प्रचंड

आरडाओरड सुरू झाली होती. रस्त्यावर खेळणारी लहान मुलं आपल्या घराकडे पळत होती. घरांची दार पटापट बंद होत होती. स्त्रिया आपल्या मुलांना हाका मारत होत्या. मंदिरातलं भजन थांबलं होतं.

रवी मोरेच्या घरी शिकवणीसाठी आलेले विद्यार्थी आपापल्या घरी पळून गेले होते. सर्वत्र हल्लकल्लोळ माजला होता. गावात भीतीदायक दहशत पसरली होती. अफवा उठल्या होत्या. 'महारांनी गावातल्या महादेवाची मूर्ती तोडली.' गावात गोंधळाला प्रारंभ झाला होता. रस्त्यावर धावपळ सुरू झाली होती. 'हर हर महादेव'च्या भिवणाऱ्या घोषणा ऐकू येत होत्या. स्त्रियांचा हृदयद्रावक आक्रोश ऐकू येत होता.

सोनाली हळूहळू जिन्याच्या पायऱ्या उतरत होती. जणू ती काळोखाच्या डोहातच उतरत होती. तिनं देहभान विसरलं होतं. ती सुन्न झाली होती.

बाहेर गाडीचा हॉर्न वाजला. रामभाऊ कावळेनं दारातून बाहेर डोकावलं. दाराच्या डाव्या बाजूला खाली माणिकचंद आणि गोपीचंदची कार उभी होती. गोपीचंदनं खिडकीची काच खाली घेतली. मान बाहेर काढली. त्यांच्यात कुजबूज झाली.

रामभाऊ कावळेला परिस्थितीची जाणीव झाली होती. कार वेगाने निघून गेली होती. रामभाऊ कावळेच्या पायाखालची जमीन घसरली होती आणि तोंडचे पाणी पळाले होते.

काशीबाईनं सोनालीला जवळ घेतलं. सोनालीचा चेहरा पांढरा पडला होता. सोनालीला रडू येत नव्हतं. काशीबाईची विचित्र अवस्था झाली होती. रामभाऊ कावळे काहीच बोलत नव्हते. ते गाव कामगार पोलिस पाटलाचा रिपोर्ट तयार करत होते.

'अज्ञात हल्लेखोरांनी गावातील महार तात्या कांबळे ह्याच्यावर हल्ला करून त्याचा खून केला. वेळ रात्रीची असल्याने अंधाराचा फायदा घेऊन हल्लेखोर पळून गेले.' **गावकामगार पोलिस पाटील - रामभाऊ कावळे.**

ट्रॅक्टर आला. श्रीपतराव, पार्वतीबाई आणि सुधाकर वाड्यात आले. भूताळी आला. त्याच्या हातात शेतातून आणलेला माल होता. रामभाऊ कावळेनं त्याला जवळ बोलावलं. त्याच्या कानात कुजबुजलं. त्याच्या हातात लिहिलेला रिपोर्ट दिला. 'हे लहू मांगाला नेऊन दे. तो पोलिसचौकीत नेऊन देईल. तुम्ही लगेच मळ्यावर निघून जा.' भूताळी आणि ट्रॅक्टर चालवणारा मुलगा चाँदपाशा वाड्याबाहेर पडले. रामभाऊ कावळेनं वाड्याचं दार लावून घेतलं. पूर्वेकडून वाड्याच्या भिंतीवर भगभगीत प्रकाश नाचत होता. 'महारवाड्याला आग लागली वाटत' काशीबाईनं हळूच पुटपुटलं. गोठ्यातली गाय हंबरली. आगीच्या ज्वाळा भडकत होत्या आणि आक्रोश गगनाला भिडत होता. काळोख आगीनं न्हाऊन निघाला होता. वाड्याजवळच्या पिंपळावरील पक्षी उडून गेले होते. धूराचे लोट वाड्यावरून जाताना दिसत होते. 'आग लागली

वाटतं' श्रीपतराव बोलला. रामभाऊ कावळेनं त्याला दुजोरा दिला.

वाड्याच्या दारावर जोरात तडाखा बसल्याचा आवाज झाला. सर्वजण चमकले. दाराकडे जाण्याची कोणाची हिंमत होईना. सोनाली कशीबशी उठली. दाराकडे गेली. दरवाजा उघडला. दारात रोहित कांबळे होता. त्याच्या हातात तळपती कुऱ्हाड होती. त्याच्या चेहऱ्यावर सुडाचा थयथयाट होता. त्याच्या नजरेत वणवा भडकत होता. तो चक्रीवादळासारखा दारात धडकला होता. त्याच्या नसानसात विजा चमकत होत्या. प्रभाकर कावळेच्या हत्येसाठी तो बेभान झाला होत्या. कावळेच्या दारात सोनालीला पाहून तो थबकला होता. त्याच्या हातातली कुऱ्हाड आपोआपच खाली आली होती. त्याची नजर खाली पडली होती.

'सोनाली तू ऽ ?'

'रोहित ?'

'तू इथं कशी ?'

'मी ह्या घरची सून आहे. प्रभाकरची पत्नी'

'त्यानं माझ्या वडिलाचा खून केलाय. कुठं आहे तो ?'

'रोहित शांत हो ! स्वत:ला आवर. अविचारानं वागू नकोस. तुला माझी शपथ आहे.'

'प्रभाकर कोठे आहे ?'

'घरात नाही. माझ्यावर विश्वास नसेल तर वाड्यात ये. पाहा.'

'मला बदला घ्यायचाय.'

'रोहित ऽ ती कुऱ्हाड इकडं आण. कायदा हातात घेऊ नकोस. मी काय म्हणतेय ते लक्षात येतंय का ? तुझ्या वडिलाच्या खुन्यांना जरूर शिक्षा मिळेल. त्यासाठी तू बरबाद होऊ नकोस. निदान माझ्यासाठी तरी.'

रोहितच्या डोळ्यात अश्रू दाटले होते. त्याच्या चेहऱ्यावर काळ्याकुट्ट ढगांनी गर्दी केली होती. फुलं गळावित तसे सोनालीच्या डोळ्यातून अश्रू गळाले होते. रोहित शांतपणे निघून गेला होता. सोनालीनं वाड्याचं दार बंद केलं होतं. महारवाड्यात हाहा:कार माजला होता.

सोनालीचा तात्या कांबळेच्या मुलावरचा प्रभाव पाहून रामभाऊ कावळे चकित झाला होता. सोनालीला रडू आवरता येत नव्हतं. ती ओक्साबोक्शी रडत होती. तिच्या वेदनेचा बांध फुटला होता. तिच्या अश्रूंना मोकळी वाट मिळाली होती.

'काय झालंय ?' श्रीपतराव

'प्रभाकरचं महारांबरोबर भांडण झालंय' रामभाऊ

'महारांची ही हिंमत ? घरातली तलवार आण' श्रीपतराव.

'तुम्ही शांत व्हा' रामभाऊ.

श्रीपतरावांचा वृद्ध देह संतापाने थरथरत होता. तो झोपाळ्याला धरून उभा होता. आपल्या वृद्ध वडिलाचा आवेश पाहून रामभाऊ कावळे विचलित झाला होता. 'प्रभाकरला शोधा. कुठं गेलाय बघा' काशीबाई गहिवरून बोलत होती. प्रथमच वाडा इतका गलबलून गेला होता. वाड्यावर महारवाडा पेटल्याचा उजेड नाचत होता. रस्त्यावर पळणाऱ्या पावलांचा आवाज ऐकू येत होता. वाड्यात एकामागून एक दगड येऊन पडू लागले होते. वाड्यावर दगडफेक होती. रात्रीने भेसूर रूप धारण केले होते.

दारावर थाप पडली. पाठोपाठ प्रभाकरचा आवाज आला. सोनालीनं रडू आवरलं. दार उघडलं. दारात प्रभाकर होता. त्याचे कपडे रक्ताने माखले होते. चेहरा काळाकुट्ट पडला होता. त्याच्या हातात तलवार होती. तो असुरासारखा दिसत होता. त्याला पाहून काशीबाई बेशुद्ध पडली होती. श्रीपतराव थक्क झाला होता.

'कपडे बदल' रामभाऊ

'काय झालं रे ?' श्रीपतराव

'त्याचे दिवस भरले होते. माजला होता. खूप दुर्लक्ष केलं त्याच्याकडं. त्याचा काटा काढल्याशिवाय गत्यंतरच नव्हतं.' प्रभाकरनं आपल्या हातातली तलवार वडिलांच्या हाती दिली. रक्ताने माखलेले कपडे काढून सोनालीच्या अंगावर फेकले. 'संपवलं त्याला.' प्रभाकरच्या आवाजात घृणा होती. उद्वेग होता. 'हे कपडे लगेच धुवून टाक. दुसरे कपडे दे.' सोनाली धावतच घरात गेली. तिने प्रभाकरला दुसरे कपडे आणून दिले. प्रभाकर दुसरे कपडे घालत होता. रामभाऊ कावळे त्याला सूचना देत होता.

'माणिकचंद आणि गोपीचंद आले होते. त्यांनी तुला प्रत्यक्ष पाहिलंय. तू आत्ताच्या आता पुण्याला जा. इथं थांबू नकोस. थोड्या वेळापूर्वी तात्या कांबळेचा पोरगा येऊन गेला. तो सुडाची भाषा बोलत होता. तो पुन्हा येऊ शकतो. पोलीस येतील. घरातले पैसे घे आणि पुण्याला जा. तू इथं थांबणं धोक्याचे आहे. काहीही घडू शकतं.' रामभाऊ कावळे न थकता आपल्या मुलाला मार्गदर्शन करत होता. प्रभाकर वडिलाचं बोलणं ऐकत निघण्याची तयारी करत होता. पार्वतीबाई काशीबाईला शुद्धीवर आणण्याचा प्रयत्न करत होती.

पूर्ण महारवाडा पेटला होता. आगीच्या ठिणग्या आभाळात उडताना दिसत होत्या. अधून मधून 'हर हर महादेव ऽऽ'च्या घोषणा ऐकू येत होत्या. कोलाहल वाढत होता. अन्यायाचं भक्ष्य ठरलेल्या स्त्रीचा करूण विलाप ऐकू येत होता. प्रभाकर घाईघाईनं घराबाहेर पडत होता. त्याचं परत येणं आता अनिश्चित झालं होतं. तो कोणाचाही निरोप न घेता मारेकऱ्यासारखा निघून गेला. सोनाली त्याच्या पाठमोऱ्या आकृतीकडं पाहात होती. जणू तो वधस्तंभाकडेच निघाला होता.

रामभाऊ कावळेनं वाड्याचं दार बंद करून घेतलं. काशीबाई शुद्धीवर आली होती. 'आता पुढे काय होणार ?' काशीबाई व्यथित होऊन विचारत होती. सोनालीलाही हाच प्रश्न छळत होता. सर्वजण दिग्मूढ झाले होते. परिस्थितीनं गंभीर वळण घेतलं होतं. तोच सुधाकर चित्रविचित्र हसत आणि नाचत बाहेर आला. त्याने प्रभाकरचे रक्ताने माखलेले कपडे घातले होते. 'मी रंग खेळलाय. फोटो काढा फोटो' सुधाकरच्या रूपात जणू मृत्यूच नाचत होता. वेडाविद्रा.

रामभाऊ कावळे सुधाकरवर चिडले. काशीबाईनं कपाळाला हात मारून घेतला. रामभाऊने त्याच्या अंगावरील कपडे काढले. सोनालीने ते न्हाणीत नेऊन टाकले. त्याच्यावर बादलीनं पाणी ओतलं. न्हाणीत तात्या कांबळेच्या रक्ताचे ओघळ वाहात होते. सोनाली गदगदली होती.

❖❖❖

सतीश कुलकर्णीच्या वडिलानं गाव सोडलं होतं. रवी मोरेच्या बहिणीचं ठरलेलं लग्न मोडलं होतं. शंकर पुजारीबरोबर लग्न ठरविलेल्या मुलीचा विवाह आता दुसऱ्या मुलाबरोबर झाला होता. दीपक मानेच्या वडिलांना लकवा मारला होता. नागनाथ बलशेटवारच्या वडिलानं शेत विकायला काढलं होतं. सुरेश चव्हाणचा वडील बाजीराव चव्हाण रामभाऊ कावळेचा बालमित्र होता. तो रोज कावळ्याच्या वाड्यावर जायचा आणि 'पोरांच्या सुटकेसाठी प्रयत्न करा' म्हणून लकडा लावायचा. गुणवंत पाटीलची बायको कायमची माहेरी निघून गेली होती. गुणवंत पाटीलचा वडील नरेंद्र पाटील मात्र गावात ताठ्याने फिरायचा. 'माझ्या पाच मुलांपैकी एक मुलगा जेलमध्ये गेला म्हणून काय बिघडत नाही. पण मी महारांना सुखाने जगू देणार नाही.' अनंत कलशट्टीच्या बहिणीची फारकत झाली होती.

तात्या कांबळेच्या हत्येचा गावावर परिणाम झाला होता. गावातलं गाणं मुकं झालं होतं. तपासासाठी गावात पोलिसांचे येरझारे वाढले होते. रवी मोरेच्या घरी शिकवणीसाठी जाणाऱ्या शाळकरी मुलांच्याही जबान्या घेतल्या होत्या. जेलमध्ये गेलेल्यांच्या कुटुंबांचे दिवाळे निघत होते. पण सर्वसामान्यांना दिलासा मिळाला होता. गावातले गुंड गजाआड झाल्यामुळे गावात शांतता होती. भांडणतंटा होत नव्हता. स्त्रियांची छेडछाड होत नव्हती.

कावळेच्या वाड्यावर दु:खाचे कोड पसरले होते. सोनाली माहेरी गेली होती.

वाडा सुना सुना वाटत होता. श्रीपतरावाची मान अधिकच हलायला लागली होती. रामभाऊ कावळे वाड्याबाहेर पडत नव्हता. अधूनमधून शेतावर जायचा. बाकीचा वेळ तो नरेंद्र पाटील, बाजीराव चव्हाण आणि सदाशिव मोरे ह्यांच्याबरोबर पत्ते खेळण्यात घालवीत होता. दिवसभर तो पत्त्याच्या डावात रंगलेला असायचा. त्याचं जेवणही कमी झालं होतं. भूताळी वाड्यावरच राहात होता. तो अधूनमधून चहा करून द्यायचा. सुधाकरला सोबत करायचा. वाड्यातली कामं करायचा.

आज रामभाऊ कावळेवर अनेकवेळा डाव येत होता.

दुपारची वेळ होती. ऊन मी म्हणत होतं. बायकांचं ओरडणं ऐकू येऊ लागलं. 'रामभाऊ कावळे मुर्दाबाद' अशा घोषणा ऐकू येत होत्या. पत्त्याचा डाव बंद झाला. महिलांचा मोर्चा वाड्याच्या दिशेने येत होता. रामभाऊ कावळे अस्वस्थ झाला होता.

घोषणा देणाऱ्या महिलांचा मोर्चा दारात आला होता. अनेक स्त्रिया वाड्यात आलेल्या पाहून सुधाकरला मनापासून आनंद झाला होता. 'या ऽ आत या ऽ' म्हणून तो हातवारे करत होता. सुरेखा माने सर्वांच्या पुढे होती. ती आक्रमक झाली होती. जोरजोरात ओरडत होती. सर्व स्त्रिया एकामागून एक वाड्यात शिरल्या. सुधाकर ओरडून फर्माइश करत होता. 'बायांनो ऽ गाणं म्हणा' सुरेखा माने त्याच्यावर चिडली होती. 'गप मुडद्या ऽ' सुधाकरनं हाताची घडी घालून तोंडावर बोट ठेवलं होतं.

'आमची माणसं कधी सोडवून आणणार ?'

'माझ्या हातात काय आहे ?'

'लोकांना आत घालून निवांत बसलाय. पत्ते खेळत'

'वाट्टेल ते बोलू नको.'

'बाहेर सगळं जग बोलतंय.'

'लोकांना वेड लागलंय.'

'सगळे लोक वेडे. तू तेवढा शहाणा.'

'मी गावचा पाटील आहे. तोंड सांभाळून बोल'

'धरा गं ह्याला ऽ पाटील हाय.'

सगळ्या महिलांनी रामभाऊ कावळेला घेरलं होतं. त्याच्या अंगावरचे कपडे फाडले होते. लाथा बुक्क्या घातल्या होत्या. नरेंद्र पाटील, बाजीराव चव्हाण आणि सदाशिव मोरे ह्यांनी हस्तक्षेप केला. बायकांनी त्यांनाही मारहाण केली. बराच गोंधळ झाला. झटपटी झाल्या. सदाशिव मोरेनं सुरेखा मानेला उचलून वाड्याबाहेर नेलं. हळू हळू भांडण आटोक्यात आलं. काशीबाईला रडू फुटलं होतं. श्रीपतरावाचं शरीर संतापानं थरथरत होतं. वाड्यातला गोंधळ पाहून रस्त्यावरली माणसं धावून आली. त्यांनी बायकांना शांततेनं समजावून बाहेर काढलं.

'ह्या बायकांना कोणी तरी चिथावलं असणार !'

'सुरेखा मानेचं हे काम असणार. तिचं घर उघड्यावर पडल्यामुळे हमरीतुमरीवर आलीय. ती धंदा करतेय म्हणून कुणकुण आहे.'

'परवा ती माणिकचंद आणि गोपीचंदच्या कारमध्ये दिसली. त्यांच्या फार्म हाऊसवरही जात असते.'

'हिच्यामुळे गाव नासेल.'

'ह्या बायकांच्या मागे कोण आहे ह्याचा शोध घेतला पाहिजे'

वाड्यातलं वातावरण दूध नासावं तसं नासलं होतं. नरेंद्र पाटील, बाजीराव चव्हाण आणि सदाशिव मोरे वाड्याबाहेर पडले. त्यांचेही चेहरे उतरले होते. भूताळीनं वाड्याचं दार लावून घेतलं. वाड्यावर चिंतेचं सावट पसरलं होतं.

❖❖❖

जगन्नाथ पंडितने तुरुंगात आत्महत्त्या केल्याची बातमी गावभर झाली होती. ज्याच्या त्याच्या तोंडी हीच चर्चा होती. जगन्नाथ पंडितचं प्रेत ताब्यात घेण्यासाठी गावातले अनेकजण गेले होते. काशीबाई तर हबकून गेली होती. 'प्रभाकरही आपल्या जीवाचं बरं वाईट करून घेईल' ह्या भीतीने काशीबाई खचली होती.

जगन्नाथ पंडितच्या घरावर शोककळा पसरली होती, तर सदाशिव मोरेच्या घरात पुरणपोळ्यांचा कार्यक्रम चालू होता. आजचा दिवस ते सणासारखा साजरा करत होते. त्यांना राक्षसी आनंद झाला होता.

सदाशिव मोरे आणि जगन्नाथ पंडित जिवाभावाचे मित्र होते, सदाशिव मोरेची बहिण रंजना मोरे हिच्याबरोबर जगन्नाथ पंडितचं लग्न ठरलं होतं. त्यामुळे त्यांची मैत्री अधिक दृढ झाली होती. त्यांची मैत्री अख्ख्या गावात प्रसिद्ध होती.

जगन्नाथ पंडितला नोकरी लागली आणि तो बदलला. नोकरीच्या ठिकाणी त्याने दुसऱ्या मुलीबरोबर सूत जमवले. त्याचं हेमा पंडितबरोबर लग्न झालं. आणि रंजना मोरे बरोबर ठरलेलं लग्न मोडलं.

रंजना मोरे मोडून पडली. तिला मागणं येईना. तिचं लग्न जमेना. सदाशिव मोरे अपमानाने चिडला होता. जगन्नाथ पंडितने आपल्या बहिणीला फसवले म्हणून तो सूडाने पेटला होता. जगन्नाथ पंडितला नोकरी लागल्यामुळे तो बदलला. त्याची नोकरी घालवली पाहिजे, त्याला जीवनातून ऊठवले पाहिजे म्हणून सदाशिव मोरे प्रयत्नाला

लागला होता. जगन्नाथ पंडितने जातीचा खोटा दाखला देऊन नोकरी मिळवली आहे ही माहिती सदाशिव मोरेनीच तात्या कांबळेला दिली होती आणि जगन्नाथ पंडितची नोकरी घालवली होती.

सदाशिव मोरे आणि त्याची बहिण रंजना मोरे शिवमंदिरात आले होते. जगन्नाथ पंडिताच्या मृत्यूची बातमी कळल्यामुळे आज कोणीच मंदिराकडे फिरकले नव्हते. विष्णू पुजारीही दु:खीकष्टी झाला होता.

'जगन्नाथ पंडित मेल्याचं कळालं नाही ?' विष्णू पुजारी

'म्हणून तर मंदिरात आलोय' सदाशिव मोरे

'तो ज्या दिवशी मरेल त्या दिवशी मी पुरणपोळी खाईन आणि शिवाला नारळ वाहिन असा नवस केला होता. पुरणपोळीचा नैवेद्य आणलाय' रंजना मोरे

विष्णू पुजारी काहीच बोलला नाही. सदाशिव मोरेनं घंटा वाजवली. विष्णू पुजारीला जणू काय मृत्यूघंटाच वाजत आहे असा भास झाला. त्याला आपल्या मुलाची आठवण झाली. 'शंकर तुरुंगात कसा दिवस काढत असेल' ह्या भावनेनं त्याचे डोळे पाणावले.

विष्णू पुजारीने रंजना मोरे आणि सदाशिव मोरेच्या हातावर बेलपत्र आणि खडीसाखर ठेवले आणि जड अंत:करणाने आशीर्वादासाठी हात उंचावला. सदाशिव मोरेला आशीर्वादासाठी उचलेला हात नागफण्यासारखा वाटला.

रूबीरेड कलरची गाडी आली आणि मधुकर कावळे आल्याची बातमी गावभर झाली. ही गाडी गावाच्या परिचयाची होती. तात्या कांबळेचा खून झाल्यापासून मधुकर कावळेचं गावी येणं कमी झालं होतं. वडिलांना मारहाण झाल्याचं कळाल्यामुळे तो गावी आला होता. त्याच्यासोबत सोनालीही आली होती.

'सोनाली देवघरात दिवा लाव.'

सासूचं बोलणं ऐकून सोनाली चटकन् उठली. देवघरात गेली. डोक्यावरून पदर घेतला. तेलवात करून देवापुढं दिवा लावला. भक्तिभावाने डोळे मिटले. प्रभाकरचा चेहरा आठवायचा प्रयत्न केला. तिला प्रभाकरचा चेहराच आठवेना. तिला दडपण आल्यासारखं वाटलं. तिला पुन:पुन्हा रोहित कांबळे आठवत होता. त्याच्या हातातली धारदार कुऱ्हाड आठवत होती. त्याचं माघारी जाणं आठवत होतं. त्याच्या पाऊलखूणा तिला खूणवत होत्या.

तिला कसला तरी भास होत होता. गावकुसाबाहेरून हलगीचा आवाज ऐकू येत होता. शड्डू ठोकल्याचा आवात ऐकू येत होता. कुस्तीचा डाव जिंकून फडात नाचणारा पैलवान नजरेपुढे आल्यासारखा वाटत होता. सोनाली गोंधळून गेली होती. तिच्या शरीरात ऊद जळतोय, ओठांवर कापूर पेटतोय असं तिला वाटत होतं. तिला देवघरात कोंडल्यासारखं वाटलं. तिनं पूजा आटोपती घेतली. ती लगबगीनं देवघरातून बाहेर पडली. शहडू ठोकणारा आवाज तिचा पाठलाग करतोय असा तिला भास झाला. ती दचकून मागे पाहिली. मागे सुधाकर उभा होता. तिला त्याची किळस आली. तो हसत होता.

वाड्यात एकेकजण येत होता आणि मधुकर कावळेची चौकशी करत होता. गर्दी वाढत होती. खूप वेळ शांत बसलेली सुरेखा माने उसळून बोलत होती. 'आत गेलेल्यांची चौकशी करा. आतले कधी सोडवून आणणार आहेत ते विचारा.' सुरेखा मानेच्या आवाजानं सर्वांचे चेहरे बदलले होते. लोकांमध्ये चुळबुळ सुरू झाली होती.

रामभाऊ कावळे चिडला होता. 'मी गावाचा पाटील आहे, महार नाही. मी कोणाला सुपारी दिली नव्हती.' रामभाऊ कावळे तिडकीने बोलत होता. 'माझाही मुलगा आत आहे' रामभाऊ संतापाने फणफणला होता. दीपक मानेची वृद्ध आई शिव्या देतच उठली, 'तुमचा सत्यानाश होईल. गावातली तरणीताठी पोरं जेलमध्ये घातली. तुमच्या पोरानंच आमच्या पोरांना काट्यावर घातलं.' वाद वाढू नये म्हणून मधुकर कावळे करारी आवाजात सर्वांना संबोधून बोलत होता. 'हे प्रकरण न्यायप्रविष्ट आहे. ह्या प्रकरणावर पत्रकार आणि पोलिसांची बारीक नजर आहे. तुम्ही असं काहीही बरळू लागला तर आतले फासावर जातील. आम्ही नामवंत वकील दिला आहे. हा वकील केवळ मर्डर केस चालवतो. त्यांने अनेकांना निर्दोष सोडवलं आहे', मधुकर कावळे बोलत असतानाच नरेंद्र पाटील उठला. तो मध्येच बोलू लागला, 'आमच्या पोरांनी गू खाल्लं आहे. तर दुसऱ्याला दोष देऊन उपयोग काय ? मधुकर म्हणतोय. त्यानं चांगला वकील दिला आहे, तर सगळ्यांनी त्याचं ऐकलं पाहिजे. आपली लेकरं बाहेर आली पाहिजेत. एकदा सर्वजण सुटून आले की मग बघू या गावात महारवाडा राहतोच कसा ?' नरेंद्र पाटीलच्या आवाजातला आवेश आणि त्यांचं काठी आपटत बोलणं पाहून सर्वजण निरूत्तर झाले होते. नरेंद्र पाटील तावातावाने वाड्याबाहेर पडला. त्यांच्या पाठोपाठ एकेकजण निघून गेला. वाडा रिकामा झाला. भूताळीनं वाड्याचं दार लावून घेतलं.

'ह्याच लोकांनी प्रभाकरला काट्यावर घातलं आणि आता तेच ओरडत आहेत. तो घरात जेवत होता. तर माने आणि पुजारीनेच त्याला घरातून नेलं. आता तेच आमच्या नावानं...' मधुकरनं आपल्या आईचं बोलणं मध्येच थांबवलं. 'माझे आई ऽ

असं रस्त्यावर जाऊन बोल म्हणजे प्रभाकर निर्दोष सुटून येईल.' मधुकर आईवर जाम चिडला होता. त्याची आई देखील तितकीच चिडली होती. 'सर्वजण माझ्यावरच चिडता ? मी खरं बोलतेय. कोर्टात उभं राहून सांगेन. प्रभाकरनं खून केला नाही म्हणून. बाकीच्या लोकांनीच त्याला जबरदस्तीनं घरातून नेलं. त्यांनीच खून केलाय.' मधुकरची आई काशीबाई रडत होती. प्रभाकरसाठी तिचं काळीज तीळ तीळ तुटत होतं. मधुकर कावळे तिला समजावत होता. 'आई ऽ तू रडू नको. मी आहे ना ऽ.' आई रडत असल्याचं पाहून सुधाकर चिडला होता. त्याच्याही डोळ्यात पाणी तरळलं होतं. 'आई ऽ तू रडू नको. मी प्रभाकरला बोलवून आणतो. तो पोलिसांबरोबर पत्ते खेळत बसला असेल.' पार्वतीबाई चिडल्या होत्या. 'प्रभाकर ऐवजी ह्यालाच जेलमध्ये पाठवलं पाहिजे.' सुधाकरही राजीखुशीने बोलत होता. 'हो. मी जाईन. त्यात काय. सगळ्या चोरांना पकडेन' काशीबाई वैतागली होती. रामभाऊ कावळेनं सुधाकरला चूप बसवलं होतं.

वाड्याच्या दारात घुंगराची काठी वाजली होती. घुंगराचा आवाज वाड्याच्या अंगणात खेळला होता. 'यसेराला भाकर वाढा माय ऽऽ' लहू मांगाचा आवाज ऐकून सोनालीच्या अंगावर काटा आला होता.

भूताळीनं सकाळचं उरलेलं अन्न लहू मांगाला वाढलं. लहू मांगाच्या घुंगराच्या काठीचा आवाज हळू हळू दूर गेला.

मधुकर कावळेला रात्री झोप आली नाही. वाडा सुना सुना वाटला. मधुकरला प्रभाकरच्या अस्तित्वाची तीव्र जाणीव झाली होती. वाडा पानगळ झालेल्या वृक्षासारखा ओकाबोका वाटत होता. वाड्यातलं चैतन्य हरवलं होतं. वाड्यावर येणाऱ्या जाणाऱ्यांची वर्दळ कमी झाली होती. श्रीपतराव आणि पार्वतीबाई ह्यांच्या शरीरावर स्मशान सावल्या गडद झाल्या होत्या. वाडा ओसाड वाटत होता. वाड्याच्या आवारातील जंगली कबुतरेही बेपत्ता झाली होती.

मधुकर कावळेला झोप येत नव्हती. 'ह्या प्रकरणाचा शेवट काय होईल ?' ह्या विचाराने तो हैराण झाला होता. वाड्याच्या भिंती चढून तात्या कांबळेचं भूत येईल ह्या कल्पनेनं त्याची गाळण उडाली होती. त्याने मान उंचावून शेजारी पाहिलं. काशीबाईजवळ झोपलेली सोनाली आकर्षक आणि सुंदर दिसत होती.

मधुकर कावळे आणि सोनालीचे वडील बळीराम पाटील पार्टनर होते. मधुकर कावळेनेच पुढाकार घेऊन सोनाली आणि प्रभाकरचं लग्न जमवलं होतं. सोनालीच्या भविष्याची चिंताही त्याला खात होती. रामभाऊ कावळे जोरजोरात घोरत होता. श्रीपतराव झोपेत खोकत होता. पार्वतीबाई कण्हत होती. सुधाकर दात खात होता.

वाड्यातल्या घड्याळात दोन वाजल्याचे टोल पडले. लहू मांगाच्या ओराळीनं वाडा दणाणून गेला. गावात भुंकणाऱ्या कुत्र्याचा आवाज अंथरूणभर झाला.

पहाटे पहाटे मधुकर कावळेला डोळा लागला. त्याला स्वप्न पडलं होतं.

पोलिसाचं पथक कुत्र्याला घेऊन वाड्यात पोहचलं होतं. पोलिसाचं कुत्रं गुन्हेगाराचा सुगावा घेत मधुकर कावळेजवळ येऊन थांबलं होतं. मधुकर कावळे घाबरला होता. तो पोलिसांना समजावून सांगण्याचा प्रयत्न करत होता. 'मी दलितविरोधी नाही. दलित माझे बांधव आहेत. मी त्यांच्या घरात जेवू शकतो. पाणी पिऊ शकतो. तुम्हाला ह्याची खात्री करून घ्यायची असेल तर मला दलित वस्तीत घेऊन चला.' पोलीस मधुकरचं म्हणणं ऐकून घेत होते. त्याच्या सांगण्याप्रमाणे पोलिसांनी त्याला दलित वस्तीत नेलं होते. मधुकर कावळेला पाहून गावातील रस्ते झाडणारी द्रौपदी बेशुद्ध पडली होती. रस्त्यावर खेळणारी दलित मुलं आक्रोश करत पळून गेली होती.

पोलीस हसत होते. मधुकर त्यांना समजावण्याचा प्रयत्न करत होता. 'तुम्हाला पाहून ती बाई बेशुद्ध पडली. तुम्हाला पाहूनच मुलं पळून गेली. त्यांना पोलिसांची भीती वाटते.' मधुकरचं बोलणं ऐकून पोलीस खो खो हसत होते.

मधुकर कावळे घाबरून झोपेतून जागा झाला होता. बाहेर ऊन पडले होते. सकाळचे दहा वाजले होते.

❖❖❖

मधुकर कावळे, माणिकचंद आणि गोपीचंद 'हॉटेल प्रथम'मध्ये बसले होते. त्यांनी रूमचं दार बंद करून घेतलं होतं. वेटर दार खटखटून आत येत होता. त्यांच्यात गुप्त खलबत चालू होतं. मनात बसलेल्या बाईला पहिल्याच बैठकीत विवस्त्र करण्यात माणिकचंदची खासियत होती, तर पहिल्याच बैठकीत पुढच्या माणसाला केळासारखं सोलण्यात गोपीचंद तरबेज होता. सक्तीने कुंटणखान्याला विकलेल्या मुली पहिल्यांदा गिऱ्हाईकापुढं जशा वागतात, तसा मधुकर कावळे वागत होता. तिघाच्या तीन चाली होत्या.

'जे काय बोलायचं ते एकाच बैठकीत बोला. पुनः पुन्हा आम्ही वेळ देणार नाही.'

'सदानंदला तुम्ही सांगू शकता. तुमचं तो ऐकेल.'

'तुम्ही त्याचा सख्खा भाऊ मारला. तो कसा काय ऐकेल ? सख्ख्या भावाच्या मृत्यूचा सौदा कोणी करेल ? आणि अशा गोष्टी आम्ही कसे बोलणार ?'

'हा गावाचा प्रश्न आहे. एकट्या दुकट्याचा नाही. ह्यात खूपजण गुंतलेत. काही करून हे प्रकरण मिटलं पाहिजे.'

'तुम्ही मिटवा. आम्ही ह्यात पडणार नाही. तुम्ही म्हणाल तर आम्ही सदानंदला कामावरून काढून टाकतो. आम्हाला कसली झंझट नको आहे.'

'नाही. तसे केल्याने हा प्रश्न बिकट बनेल. तो तुमच्याकडेच राहू द्या. म्हणजे दुसरे कोणी त्याचे कान फुंकणार नाही. तुम्ही त्याची मानसिक तयारी करून घ्या.'

'केवळ सदानंदला सांगून हा प्रश्न सुटणारा नाही. त्याच्या मागे समाज आहे. चळवळ आहे. काही घडलं तर लगेच वर्तमानपत्रात छापून येतं. माजी मंत्री रोहिदास नागदिवेनी ह्यात लक्ष घातलं आहे. तुम्ही जाणकार आहात. तुम्हाला आम्ही काय सांगणार ?'

'रोहिदास, मिलिंद आणि मी एकाच कॉलेजमध्ये शिकलोय. आम्ही क्लासमेट होतो.'

'इतकी ओळख आहे तर तुम्हीच डायरेक्ट बोला.'

'तुम्ही सुरुवात करून द्या. पुढचं आम्ही बघतो.'

'तुम्ही चांगला वकील द्या. न्यायाधीशाला गाठा. बालाजीला नवस करा. सगळे निर्दोष सुटतील. तुम्ही महारांच्या नादी लागू नका. तुमचं खाऊन तुमच्यावरच उलटतील.'

'वकील दिला आहे. न्यायाधीशांपर्यंतही पोहचण्याची तयारी केलीय. सगळा बंदोबस्त केला आहे. पण काही कसर राहू नये. आपणही सदानंदला विश्वासात घेऊ या.'

'तुमचा प्लॅन काय ?'

'सदानंदला पोलीस पाटील करू'

'तुमच्या हातात काय ?'

'मॅनेज करू.'

'असल्या बोगस गोष्टी बोलू नका. पैशाचं बोला.'

'तुम्ही सांगा.'

'सदानंद कांबळेला पोलीस पाटील प्रा. राहूल बनसोडेदेखील करेल. त्याला तुमच्या सपोर्टची गरज नाही. तुमची देण्याची तयारी असेल तर आकडा सांगा.'

'एक लाख. आमचा वकील सांगेल तसं बोलावं लागेल.'

'महाराच्या जीवाची किंमत एक लाख खूप झाली. इतकी देण्याची गरज नाही. इथे प्रश्न आठ जणांच्या जीवनमरणाचा आहे. त्यांना सोडवण्यासाठी पुरावे नष्ट करावे लागतील. साक्षीदार फोडावे लागतील. काही दलित पुढाऱ्यांचे हात ओले करावे लागतील. सगळ्या गिधाडांचे लक्ष आहे तात्या कांबळेच्या

प्रेताकडं, हे लक्षात असू द्या. दहा लाख देणार असाल तर पुढल्या गोष्टी बोला. नाही तर ऊठा. आम्हाला दुसरी कामं आहेत ?'

'इतकं कसं शक्य आहे ?'

'अपील करत बसा सुप्रीम कोर्टापर्यन्त. ह्याहीपेक्षा जास्त जातील. तुम्ही कोर्टातून सुटून याल पण बाहेर आल्यावर जिवंत राहाण्याची काय हमी ? महारं खवळले आहेत. सदानंद निघाला होता कुऱ्हाड घेऊन तुमच्या वाड्याकडं. आम्ही अडवला नसता तर वाड्यातल्या सगळ्यांचे मुडदे पडले असते.'

'एवढी रक्कम शक्य नाही.'

'ह्यापेक्षा जादा रक्कम घेऊन दुसरी पार्टी सक्रीय झालीय. तुमच्या विरोधी गटाचे लोक कामाला लागलेत, हे विसरू नका.'

'उलट ह्या प्रकरणात गाव एक झालाय.'

'चुकीचं बोलता तुम्ही. तुमच्या घरी बायकांचा मोर्चा कोणी पाठवला होता.'

'काही करून हे प्रकरण लूझ झालं पाहिजे.'

'तुम्ही लहान मुलासारखं बोलताय. काम कसं करून घ्यायाचं हे तुम्हाला ठाऊक आहे. पण वेड्याचं सोंग घेताय ?'

'तूर्त पाच हजार घ्या. बोलणी सुरू करा.'

'आम्ही काय खुनाच्या सुपाऱ्या घ्यायला बसलोय ? तुम्ही आम्हाला काय समजता ?'

'असे चिडू नका.'

'तुम्ही आमचा टाईम खराब करताय.'

'हे एक लाख ठेवा. काम सुरू करा.'

मधुकर कावळेकडून नोटांचे बंडल घेताना माणिकचंदचे डोळे फिरले होते. गोपीचंदचा चेहरा सतर्कतेचा आदेश मिळालेल्या पोलिसांसारखा झाला होता. माणिकचंद आणि गोपीचंदला तात्या कांबळेच्या हत्येचा मनापासून आनंद झाला होता.

सुरेखा मानेला हळदी कुंकवाचे निमित्त करून मधुकर कावळेनं वाड्यावर बोलावलं होतं. सुरेखा मानेच्या घरी जाऊन भूताळी सांगून आला होता. सुरेखा मानेही हळदी कुंकवासाठी वाड्यावर आली होती. हळदी कुंकू झाल्यानंतर मधुकर कावळेनं तिला

दुसरीकडे बोलावून घेतले. तिची आस्थेवाईक चौकशी केली. तिच्या घरगुती अडचणी जाणून घेण्याचा प्रयत्न केला. मधुकर कावळेला तिच्याकडून काही महत्त्वाच्या गोष्टी जाणून घ्यायच्या होत्या. सुरेखा मानेलाही मधुकर कावळेच्या बोलण्याचा वास आला होता.

'आमच्या वाड्यावर मोर्चा काढा म्हणून कोणी सांगितलं होतं ?'

'मला माहीत नाही. मी घरी बसले होते. मी बोलावलं म्हणून मी आले होते.'

'कोणी बोलावलं ?'

'गावातल्या बायकांनी.'

'कोण ? नाव सांग'

'आत्ता कोणाचं नाव सांगायचं ? वीस तीसजणी होत्या.'

'मोर्चा काढा म्हणून कोणीतरी सांगितलं असेल. चर्चा केली असेल.'

'आम्हाला कोण सांगणार ?'

'माणिकचंद, गोपीचंद?'

'तुम्हीच त्यांनाच विचारा'

'तू धंदा सुरू केलाय म्हणे'

'नवरा जेलमध्ये गेलाय. घर कसं भरायचं ?'

'तुला कोणी भरवलं ते सांग. नाही तर मी तुझ्या नवऱ्याला सांगेन. तू धंदा करतेस म्हणून. दीपक माने माझा लहानपणाचा मित्र आहे. '

'माझ नांदणं तुटलं तर मी तुमच्या वाड्यात घुसेन.'

'मी तुझी चेष्टा केली. काय म्हणतेस बघितलं !'

'मीही तुमची चेष्टा केली. काय म्हणता बघितलं.'

'ठीक आहे. तू ये.'

'हळदी कुंकवाला बोलावलं होतं की विचारायला.'

सुरेखा माने धंद्यात मुरलेली बाई होती. दीपक माने तुरुंगात गेल्यापासून ती घरदार चालवत होती. अनेकजणांना तिनं उघडे नागडे पाहिले होते. त्यामुळे तिला पुरुष जातीची भीती वाटत नव्हती. सुरेखा माने वाड्याबाहेर पडताना सुधाकरनं तिला अडवलं होतं. 'ये ऽ माझ्याबरोबर लग्न करणार का ?' सुरेखाही सुधाकरची हसून चेष्टा केली होती. 'हुंडा किती घेणार ?'

सुरेखा माने हसतच वाड्याबाहेर पडली होती. मधुकर कावळे मात्र पेचात पडला होता. उगीच सुरेखा मानेला वाड्यावर बोलावलं आणि डोकेदुःखी केली.

सुधाकर वाड्याच्या दारात उभा होता. सुरेखा मानेच्या पाठमोऱ्या आकृतीकडं पाहात होता. गुदगुल्या झाल्याप्रमाणे हसत होता.

❖❖❖

सेशन कोर्टातून जामीन नाकारला होता.

आता हायकोर्टात अपिल करण्याची तयारी सुरू झाली होती. मधुकर कावळे जामीन मिळवण्यासाठी प्रयत्न करत होता.

❖❖❖

जामिन नाकारल्यामुळे सर्वजण चिंतीत झाले होते. घरात बोलावं तर त्याचा घरावर परिणाम होतो, ग्रामपंचायतीच्या कार्यालयात बोलावं तर त्याची गावभर चर्चा होते म्हणून नरेंद्र पाटील, बाजीराव चव्हाण आणि गोडबोले गुरुजी शिवमंदिरात जमा झाले होते. विष्णू पुजारी सर्वांच्या मध्यभागी बसला होता.

'सवर्णाचा खून केला असता तर आतापर्यन्त दहावेळा जामीन मिळाला असता'

'महाराचा खून झाल्यामुळे ही सगळी अडचण आहे.'

'सरकार महारांना एवढं का घाबरतं?'

'महाराच्या आंबेडकरांनी घटना लिहिली नव्हं'

'शंकराचार्यांनी घटना लिहायला हवी होती'

'विषयान्तर करु नका'

'कावळे हायकोर्टात जाणारच आहे.'

'तरीपण आपण त्याच्या घरी गेलं पाहिजे. त्याच्या मागे लागलं पाहिजे. आपला हात अडकलाय ना'

शिवभजन म्हणणारे येऊ लागले. सोनाराचा दामोदर पोतदार सर्वांच्या आधी आला. त्यानंतर दुमडी वाजवणारा महादेव कोळी आला. मंदीरात गर्दी होऊ लागली म्हणून नरेंद्र पाटील, बाजीराव चव्हाण आणि गोडबोले गुरुजी बाहेर पडले.

विष्णू पुजारीनं आपली जागा बदलली होती. आता तो भजन म्हणणाऱ्यांच्या मध्यभागी जाऊन बसला होता. आणि मंदिरात शिवाचं नामस्मरण सुरू झालं होता.

❖❖❖

वर्तमानपत्रातली बातमी वाचून माझं माथं भडकलं होतं. गावगुंडांनी सदानंदला दमदाटी केली होती. एवढं घडूनही गाव शांत होत नव्हता. 'पुन्हा एकदा गावात दिसलास तर डोळे काढून हातात देईन.' अशी धमकी सदानंद कांबळेला दिली होती. बातमी छोटी असली तरी वाचकांचे लक्ष वेधून घेणारी होती.

दलितांसाठी नवीन घरे बांधली जात आहेत हे पाहून गावाचं पित्त खवळलं होतं. शासकीय अधिकारी आणि कार्यकर्ते युद्धपातळीवर काम करत होते. घरे बांधून पूर्ण झाली होती. त्यांना रंग देण्याचं काम चालू होतं. रस्त्याचं काम पूर्ण झालं होतं. रोडरोलर फिरत होता. विजेचे खांब उभे झाले होते. पाण्याच्या टाकीचं काम पूर्ण झालं होतं. कबीर कांबळे, सिद्धार्थ पगारे, काशिनाथ पोळके आणि सदानंद कांबळे प्रत्यक्ष कामात लक्ष घालत होते. रोहिदासने धावती भेट दिली होती. गावकुसाबाहेर

होणारी हालचाल पाहून कावळेचा पुरातन वाडा अस्वस्थ झाला होता. माणिकचंद आणि गोपीचंदसोबत मीही बांधकाम पाहिलं होतं.

रस्त्याच्या कडेला 'भीमनगर' नावाची भलीमोठी पाटी लावली होती. एका खोलीवर 'मिलिंद वाचनालय' असा फलक लावला होता. समाजमंदिरही रंगवून घेतले होते. रस्त्याच्या दुतर्फा गुलमोहराची झाडे लावती होती. आज तात्या कांबळे जिवंत असता तर... !

न्यायालये हा एक देखावा आहे. लोकांना वेळेवर व निश्चित न्याय मिळणं कठीण झालं आहे. पैसे चारून आपण निर्दोष सुटू शकतो ह्या भावनेनं गुन्हेगाराचं आत्मबळ वाढलं आहे. गुन्हेगारांना हाताशी धरलं की राजकारण करण सोपं जातं, म्हणून राजकीय पुढाऱ्यांनी गुन्हेगारांना प्रतिष्ठा मिळवून दिली आहे. गुंडांच्या टोळीबरोबर आपण कसे लढणार ? आपण असमर्थ आहोत अशी भावना लोकांमध्ये वाढवली जात आहे. सवर्णांच्या कृपेने जगण्याशिवाय दलितांना अन्य कोणतेही प्रारब्ध शोधणे कठीण आहे. दलितांच्या जगण्याचा हा दर्जा आहे.

तात्या कांबळेचे खुनी निर्दोष सुटून येतील. गावात त्यांची जंगी शोभायात्रा निघेल. 'आम्ही एक खून पचवलाय. आणखी दहा करू.' अशी शेखी ते मिरवू लागतील. गावात त्यांची दहशत पसरेल. लोक त्यांना भिऊ लागतील. मला लोकांबद्दल तिरस्कार वाटतो. लोक सक्रीय होत नाहीत. गुंड मूठभर असतात. लोकांनी उठाव केला तर देशातील गुन्हेगारीचं चित्र बदलू शकतं. पण लोकांना कसं सांगणार ? त्यांना कोण पटवणार ? लोक गुंडांना भितात आणि त्यांना 'भाई' म्हणू लागतात. गुंडांची मर्जी संपादण्यासाठी लोकात चढाओढ सुरू होते. लोकांची एकगठ्ठा मते मिळविण्यासाठी राजकीय पक्ष गुंडांना हाताशी धरतात. त्यामुळे गुंडांना राजकीय पक्ष्यांच्या कार्यकर्त्यांची प्रतिष्ठा प्राप्त होते. ते पुढाऱ्यांचे राईट हँड बनतात. ते लोकांचे नेतृत्व करू लागतात.

आपणही गुन्हेगारांना 'भाई' म्हटलं पाहिजे.

आपल्या बायकोनं गुन्हेगारांना राखी बांधली पाहिजे.

आपण गुन्हेगारांचे पाय धरले पाहिजेत.

गुन्हेगारांनी आपली पाठ थोपटली पाहिजे.

अट्टल गुन्हेगारांशी आपले मैत्रीचे संबंध प्रस्थापित झाले पाहिजेत.
कुविख्यात गुन्हेगार आपल्या ओळखीचा आहे असे सांगताना
आपल्याला धन्यता वाटली पाहिजे.

गुन्हेगारांना खंडणी देताना आपल्याला आनंद झाला पाहिजे.
गुन्हेगारांच्या बाजूने साक्ष देताना आपली छाती गर्वाने फुगली
पाहिजे.

हे आपल्या यशस्वी जीवनाचे रहस्य असले पाहिजे.

वर्तमानपत्रातली बातमी वाचून मराठे हवालदारनी माणिकचंदला फोन लावला होता. 'बातमी खरी आहे का ? मग कोणी धमकी दिली त्याचं नाव सांगा' मराठे हवालदार खोदून खोदून विचारत होते. माणिकचंद तेवढ्याच शिताफीने प्रश्न टाळत होता. 'बातमी छापू नका म्हटल्यानंतरही पेपरवाल्यांनी बातमी छापली. सदानंदला धमकी दिलेलं खरं आहे. पण हे प्रकरण आता मिटलं आहे. दोन्ही पार्ट्यांना समजावून सांगितलं आहे.' माणिकचंद आपली बाजू मांडत होता. सदानंदला मात्र ह्याचा मागमूसही नव्हता.

'मला सदानंदचा जबाब घ्यावा लागेल.'

'सदानंदची कसलीच तक्रार नाही. तुम्ही हे प्रकरण उगीच वाढवू नका.

चौकशीसाठी तुम्ही याल आणि गावाचं वातावरण गढूळ होईल. आम्ही कसं तरी शांत केलंय.'

'काय घडलं तर त्याला जबाबदार कोण ?'

'आम्ही घेतो जबाबदारी.'

'मग तुम्ही चौकीत येऊन जा.'

मराठे हवालदार पोलिसी खाक्या दाखवत होते. माणिकचंद त्यांना शिताफिने टाळत होता. वर्तमानपत्रात बातमी आल्यामुळे पोलीस यंत्रणा सतर्क झाली होती. दलित कार्यकर्त्यांची चिंता वाढली होती. अचलपूरमधल्या गावकऱ्यांत तणाव पसरला होता.

माणिकचंद आणि गोपीचंदनं सदानंद कांबळेला बोलावून घेतलं होतं. सदानंद कांबळेची अवस्था दयनीय झाली होती. गोपीचंदने सदानंद कांबळेला वर्तमानपत्रातली बातमी दाखवली. सदानंद कांबळे निमूटपणे ऐकत होता.

माणिकचंद गंभीर होऊन बोलत होता. 'आम्हाला रात्री बेरात्री निनावी फोन येतात. फोनवर धमक्या देतात. शिव्या देतात. तुझ्यामुळं आमच्या घरात अशांती माजलीय. शेवटी आम्ही घरजावई आहोत. घरात आमचं काही चालत नाही. सासरा म्हणेल तेच होतं. आमच्या सासऱ्याला तू नको आहेस. तू इतरत्र काम बघ. आमचं काम सोडून दे. तुला कोणीही काम देईल.' गोपीचंदही माणिकचंदच्या बोलण्याला दुजोरा देत होता. 'आम्ही तुझी बाजू घ्यायची. उद्या तू लोकांचं ऐकून आमच्यावर उलटलास तर आम्ही अडचणीत येऊ. त्यापेक्षा तू आमची नोकरी सोडून दे.' गोपीचंद सदानंद कांबळेला समजावणीच्या स्वरात बोलत होता. सदानंद कांबळे गोंधळून गेला होता.

'ही वर्तमानपत्रातली बातमी खोटी नसणार. कोणी तरी तुझ्यावर टपला आहे. तुझं बरं वाईट झालं तर कोण निस्तरणार ? तू गाव सोडून मुंबईला निघून जा. जगण्यासाठी अनेक माणसं देश पाठीवर घेतात. मंगेश कांबळे, धीरज पगारे, संदीप पोळके ह्यांनी गाव सोडलंच आहे ना. तू त्यांच्याकडे जा.' माणिकचंदचं बोलणं ऐकून सदानंद कांबळे गहिवरला. 'आम्हाला तुझा निर्णय हवा आहे. फार्म हाऊसवर आम्ही दुसरा माणूस ठेवणार आहोत.' गोपीचंदचा करारी आवाज ऐकून सदानंद कांबळेला रडू

कोसळलं.

माणिकचंदनं सदानंद कांबळेचं सांत्वन केलं. 'शांत हो. आम्ही तुझ्या पाठीशी आहोत. आम्ही स्वस्थ बसणार नाही. तुला न्याय मिळवून देऊ. आम्ही तुमच्या पुढाऱ्यांना भेटतो. कलेक्टरना भेटतो. तुझ्या केसाला धक्का तर आमच्या जीवाला धक्का. मात्र तुला आमच्या सल्ल्यानं वागावं लागेल. आमचं ऐकावं लागेल. त्यातच तुझं भलं आहे. आम्ही तुझं वाईट करणार नाही. कळालं का ?' माणिकचंद सदानंद कांबळेला उपदेश करत होता. सदानंद कांबळे होकार आणि हुंदके देत होता.

सदानंद कांबळेच्या कुटुंबावर गावानं सामाजिक बहिष्कार टाकला होता. तेला-मिठासाठीही त्याला शहरात जावं लागत होतं. सदाशिव मोरेनं तर आपलं रेशनिंगचं दुकान बंद ठेवलं होतं. तो मागल्या दारानं माल विकत होता. इतर दुकानदारही सदानंद कांबळेला माल देत नव्हते. 'सदानंद कांबळेला आम्ही माल दिला आणि त्याने त्यात विष कालवून आमच्यावर पोलीस केस केली तर... ?' असा युक्तिवाद केला जात होता. सदानंद कांबळे चहुकडून अडचणीत सापडला होता. इकडे आड तिकडे विहीर अशी त्याची अवस्था झाली होती.

माणिकचंद आणि गोपीचंदनं सदानंदाला खाऊ पिऊ घातलं. त्याची पाठ थोपटली 'भिऊ नकोसऽ' म्हणून बजावलं. काही पैसे दिले आणि त्याला वाटेला लावले. सदानंद कांबळेही आभाळाला हात टेकल्याच्या आविर्भावात फार्म हाऊसकडं निघाला.

❖❖❖

माणिकचंद, गोपीचंद, प्रा. राहूल बनसोडे, याकूब शेख आणि रमा बाबर 'हॉटेल दिल्ली दरबार' मध्ये बसून चर्चा करत होते. माणिकचंदनं ही बैठक घडवून आणली होती.

'आपण काहीतरी केलं पाहिजे. सदानंद कांबळेला धमकी देत आहेत. पुन्हा एकदा हत्याकांड घडू शकतं. आपण हे प्रकरण धसास लावलं पाहिजे.' माणिकचंद

'म्हणजे काय केलं पाहिजे' याकूब शेख

'मोर्चा काढला पाहिजे. कलेक्टरांना घेराओ घातला पाहिजे. शांत बसून चालणार नाही.' गोपीचंद

'मग कोण अडवलंय. काढा मोर्चा' रमा बाबर

'आमच्या मोर्च्याला कोण विचारतंय ? तुम्ही मोर्चा काढला पाहिजे. म्हणजे खालून वरपर्यन्त सगळे हलतात.' गोपीचंद

'मोर्च्याने काय होणार ?' रमा बाबर

'अचलपूरच्या दलितांमध्ये दहशत पसरली आहे. ते परागंदा होतील. त्यांना कोणी वाली नाही असं होऊ नये' माणिकचंद

'हे तुम्ही बोलताय ? ज्यांना त्रास होतोय ते कोठे आहेत ? ते का पुढे येत नाहीत ?' प्रा. राहूल बनसोडे

'कामाला गेल्याशिवाय ज्यांची चूल पेटत नाही, ते कसे येतील.' माणिकचंद

'मग मोर्च्यात कोण येणार ?' रमा बाबर

'फक्त अचलपूरच्या दलितांचा मोर्चा काढा. आम्ही त्यांना मोर्च्यात आणण्याची जबाबदारी घेतो.' गोपीचंद

'तुमचा इंटरेस्ट काय ?' प्रा. बनसोडे

'बातमी येऊनही दलित चळवळीने काहीच काहीच केले नाही असे होऊ नये.' माणिकचंद

'त्याची काळजी तुम्हाला का ?' याकूब शेख

'आमचा इंटरेस्ट सांगतो. तात्या कांबळेचा भाऊ आमचा वॉचमन आहे. त्यामुळे तर गावकऱ्यांनी आमच्या गाडीच्या काचा फोडल्या. कसबे गुरुजींसारखी सुशिक्षित मंडळी गाव सोडून जाण्याचा प्रयत्न करत आहेत. मग सामान्य माणसांचं काय ? दलितांची बाजू घेऊन कोणी तरी जाब विचारला पाहिजे. त्याशिवाय सवर्णांचा उपद्रव थांबणार नाही.' माणिकचंद.

'तुम्ही अचलपूरच्या दलितांना आणण्याची जबाबदारी घेत असाल तर जिल्हा अधिकारी कार्यालयापुढं निदर्शनं करण्याचा कार्यक्रम घेता येईल.' प्रा. बनसोडे

'तुम्ही सांगा कधी माणसं आणायची?' गोपीचंद.

'तुम्हाला कधी शक्य आहे?' प्रा. बनसोडे

'उद्या आणतो.' गोपीचंद

'शक्य आहे का?' प्रा. बनसोडे

'उद्या दहा ट्रक भरून माणसं येतील. दुपारी दोन वाजता. माणसं आणण्याची जबाबदारी आमची.' गोपीचंद.

'ठीक आहे. आम्ही उद्या दुपारी दोन वाजता जिल्हा अधिकारी कार्यालयात पोहचतो. कोणाला सांगू नका. कार्यक्रम गुप्त राहू द्या. अचानक निदर्शने झाली पाहिजेत. शासनाची झोप उडाली पाहिजे.' प्रा. बनसोडे.

'मग लागतो आम्ही तयारीला.' गोपीचंद

'ठीक आहे.' प्रा. बनसोडे

माणिकचंद आणि गोपीचंदनी सर्वांचा निरोप घेतला. सर्वजण त्यांच्या पाठमोऱ्या आकृतीकडं पाहात राहिले. सर्वांच्या मनात ह्या जोडगोळीविषयी कुतूहल निर्माण झालं होतं.

'ही माणसं सरळ वाटत नाहीत. ते दहा ट्रक भरून माणसं आणण्याची भाषा करतात. पण ही माणसं दलितच असतील कशावरून ? त्यांनी आणलेल्या भाडोत्री माणसांच्या शक्तीवर आपण कार्यक्रम घेणं बरोबर होणार नाही. ह्यामध्ये त्यांचा काहीतरी गर्भित हेतू असणार. त्याशिवाय ते इतका खर्च कसा करतील ? ते उघड बोलत नाहीत. ते आपला वापर करू पाहात आहेत.' रमा बाबर

'मलाही तशीच भीती वाटते.' याकूब शेख

'तुमचं म्हणणं बरोबर आहे. मलाही पटतं. पण त्यांची मदत घेण्यात काय अडचण आहे ? आपण आपल्या प्रश्नासाठीच लढणार आहोत. केवळ त्यांचं तात्पुरतं साहाय्य घेतल्यानं चळवळीला हानी पोहचणार नाही.' प्रा. बनसोडे.

'तू कधी कधी भावनावश होतोस. त्यामुळेच तुझे प्रश्न सुटण्याऐवजी जटील बनतात. आपण निदर्शनं करण्यापेक्षा निवेदन देऊ. ज्यांचा चळवळीशी काही संबंध नाही अशी माणसं मदतीचा हात पुढं करत आहेत. त्याचा विचार आपण करणार की नाही ? चळवळ स्वतःच्या सामर्थ्यावर चालवली पाहिजे.' रमा बाबर.

'रमा, तुझं म्हणणं पटतं. तरी पण उद्याचा कार्यक्रम केला पाहिजे. निदान तात्या कांबळेसाठी तरी. कालची बातमी वाचून मी खूप अस्वस्थ झालोय.' प्रा. बनसोडे.

'उद्याचा कार्यक्रम करू या. पण अशा कार्यक्रमाला तात्या कांबळेनं देखील विरोध केला असता हे लक्षात घे.' रमा बाबर

'आपण त्यांची मदत घेतली नाही तर ते निकम मामांकडे जातील. निकम मामा निश्चितपणे त्यांचं ऐकेल. निदर्शनं करेल. निकम मामाला काहीतरी कार्यक्रम हवाच असतो.' प्रा. बनसोडे

'आपल्या दुहीचा फायदा दुसऱ्यांना कसा घेता येतो ह्याचं हे उत्तम उदाहरण आहे.' रमा बाबर

'ऐक्य झाल्याशिवाय दलितांवरील अन्याय थांबणार नाहीत.' याकूब शेख

'ऐक्याच्या आवरणाखाली अनेक मतभेद दडलेले असतात. कालांतराने ते

उघड होऊ लागतात आणि ऐक्य फिसकटतं.' रमा बाबर.

'आपल्याला चळवळ चालवयाची नाही तर बाबासाहेबांच्या नावाने स्वत:चे नेतृत्व चालवायाचे आहे.' याकूब शेख

'आम्ही महार असल्याने स्वत:ला आंबेडकरवादाचे अग्रणी पुरस्कर्ते समजत आहोत. म्हणूनच आम्ही आंबेडकरवादाचा उठसूठ हवाला देत सुटतो.' प्रा. बनसोडे.

'चळवळ निकममामाच चालवू शकतो. आपण फक्त वाद घालू शकतो.' याकूब शेख

'चळवळ चालवणे म्हणजे लाकडाची वखार चालवणे नव्हे.' प्रा. बनसोडे

'क्या बात है !' याकूब शेख

'उद्याचा कार्यक्रम यशस्वी करण्याचा ठेका माणिकचंद आणि गोपीचंदने घेतला आहे.' रमा बाबर.

'वा ऽ क्या बात है !' याकूब शेख

प्रा. राहूल बनसोडे, रमा बाबर आणि याकूब शेख 'हॉटेल दिल्ली दरबार'च्या बाहेर पडतात. रिक्षामध्ये बसतात. रिक्षा सुभाष चौकाच्या दिशेने जाते.

अगदी सकाळपासूनच प्रा. राहूल बनसोडे ह्यांचा फोन वाजत होता. सर्व प्रमुख वर्तमानपत्रांनी काल जिल्हा अधिकारी कार्यालयावर झालेल्या उग्र निदर्शनाच्या फोटोसह बातम्या छापल्या होत्या. तात्या कांबळेची पत्नी सविता कांबळे आणि मुलगा रोहित कांबळे पोलिसांचे कडे तोडताना दिसत होते. रमा बाबर, याकूब शेख घोषणा देताना दिसत होते. प्रा. राहूल बनसोडे ह्यांची पोलिसांनी केलेली उचलबांगडी छायाचित्रात दिसत होती. जिल्हा अधिकारी कार्यालयाच्या काचा फुटल्या होत्या. शासकीय कार्यालयात घुसून कर्मचाऱ्यांना मारहाण केली होती. हा लोकांचा प्रचंड उद्रेक होता. त्यांना आवरणं अशक्य होतं.

प्रा. राहूल बनसोडेंना निदर्शनाचा कार्यक्रम यशस्वी झाला म्हणून आनंद वाटत होता, तितकंच हे सगळं घडलं कसं ह्याचा अचंबाही वाटत होता. दुपारी दोन वाजता प्रा. राहूल बनसोडे, याकूब शेख आणि रमा बाबर रिक्षातून कलेक्टर कचेरीत आले होते. भीमा भोळे आपल्या टू व्हिलरवर आला होता. सव्वा दोन पर्यंत त्यांनी लोकांची वाट पाहिली. कोणीच येत नाही हे लक्षात आल्यानंतर ते चहासाठी टपरीवर आले.

ते माणिकचंद आणि गोपीचंदला दोष देत होते. तितक्यात अनपेक्षितपणे गोंधळाला प्रारंभ झाला होता. वीस पंचवीसजण हातात निळे झेंडे घेऊन घोषणा देत कलेक्टर कचेरीत घुसले होते. त्यांच्या पाठोपाठ पन्नास साठ लोकांचा जमाव आवारातील वाहनांची तोडमोड करत कलेक्टर कचेरीकडे येत होता. चहूकडून लोकांचे थवे येताना दिसत होते.

प्रा. राहूल बनसोडे, रमा बाबर, भीमा भोळे आणि याकूब शेख धावतच कचेरीकडे गेले होते. क्षणातच वातवरण बदललं होतं. पोलिसांची कुमक आली होती. पत्रकार आले होते. कॅमेरामन आले होते. फोटोग्रॉफर फोटो काढीत होते. पोलिसांनी लाठी हल्ला सुरू केला होता. लोकांची धरपकड सुरू झाली होती. निदर्शक हिंस्त्र बनले होते. शासकीय कर्मचारी कार्यालय सोडून पळून गेले होते.

❖❖❖

माणिकचंद आणि गोपीचंद यांनी स्थानिक वर्तमानपत्रांचे अंक घेऊन मधुकर कावळेचं घर गाठले होते. सोबत व्हिडिओ कॅसेटही नेली होती. मधुकर कावळेनं कॅसेट पाहिली होती. बातम्या वाचल्या होत्या. 'आता मंत्रालयावर मोर्चा जाणार आहे.' माणिकचंदनं हळूच नवं पिल्लू सोडलं होतं. मधुकर कावळे अस्वस्थ झाला होता.

'ह्या प्रकरणाचं राजकीय भांडवल केलं जात आहे. त्यामुळे हे प्रकरण नाजूक आणि स्फोटक बनलं आहे.' गोपीचंद

'आता तर वेगळीच चर्चा सुरू झाली आहे. तात्या कांबळेच्या खुनाची सूत्रं पुण्यातून हलवली गेली. ह्या चर्चेचा रोख तुमच्याकडे आहे. लोकांना वाटतं, प्रभाकर आत गेला आहे. मधुकरही आत गेला पाहिजे.' माणिकचंद

'माझा या प्रकरणाशी काही संबंध नाही. मी पुण्यात असतो.' मधुकर कावळे.

'दाऊद इब्राहिम कुवेतमध्ये बसून मुंबईत माणसं मारतो. तुम्ही पुण्यात आहात हे लोकांना माहीत आहे.' गोपीचंद

'मधुकर कावळेलाही आत घातलं पाहिजे. तो पैसा पुरवतो. लोक अशी चर्चा करतात.' प्रा. राहूल बनसोडे मंत्रालयावर मोर्चा काढण्याची तयारी करत आहे. तो सविता कांबळेला मंत्रालयापुढे उपोषणाला बसवणार आहे. ह्या प्रकरणाचं श्रेय लाटण्यासाठी दलित पुढाऱ्यांमध्ये स्पर्धा चालू आहे. रोहिदासने अचलपूरच्या दलितांचं पुनर्वसन करण्याची योजना आणली आहे.' माणिकचंद

'दलित कार्यकर्ते गिधाडे आहेत. दलितांवर अन्याय झाला की त्यांना आनंद

होतो. ते तत्काळ पिडितांची भेट घेतात. पत्रकं काढतात. मोर्चा काढतात. त्या प्रकरणाचं श्रेय लाटतात. आपलं नेतृत्व लोकप्रिय करतात. प्रकरण चिघळवत ठेवतात. अन्यायखोराला जेरीला आणतात. त्याला वेठीस धरून त्याच्याकडून पैसे उकळतात. एकदा ही वाळवी घराला लागली की सत्यानाश झाला म्हणून समजा. तुम्हाला ही ब्याद परस्पर मिटवायाची असेल तर पाच लाख द्या. आम्ही मंत्रालयावर मोर्चा काढू देणार नाही. बातम्या येऊ देणार नाही. तरच हायकोर्टातून जामीन मिळेल. नाहीतर वातावरण तापत ठेवतील. आम्ही तुमच्याकडे येतोय हे उघडकीस आलं तर प्रकरणाला विपरीत वळण लागेल. काय ते ह्याच बैठकीत ठरवा.' गोपीचंद.

'तुम्ही फक्त पैसे काढायचं बघत असता.' मधुकर

'तुम्ही आम्हाला लक्ष घालायला सांगितलं म्हणून आम्ही ह्यात पडलो. प्रत्येक स्टेजला इन्फर्मेशन दिली नाही तर तुम्हीच आम्हाला दोष द्याल.' गोपीचंद.

'माझ्या घरी नोटांचा छापखाना नाही.' मधुकर

'तुमच्या नोटा घेऊन आम्ही हनिमूनला जात नाही.' गोपीचंद

'तुम्ही नोटांचं काय करताय हे मला कसं कळणार ?' मधुकर

'अविश्वास दाखवताय आमच्यावर ?' माणिकचंद

'तसं नाही ?' मधुकर

'आम्ही निघतो आता' माणिकचंद

'जेवण तयार करायला सांगितलंय.' मधुकर

'अगोदर कामाचं बोला.' गोपीचंद

'जेवल्यावर.' मधुकर

'जेवण बाहेर घेतलं असतं.' माणिकचंद

'जेवण तयार आहे. हात धुवून घ्या.' मधुकर

माणिकचंद आणि गोपीचंद हात धुवत होते. जणू त्यांना गंगेत हात धुतल्यासारखं वाटत होतं. मधुकर कावळेनं त्यांच्या अतिथ्यात कसलीच कसर ठेवली नव्हती. ठरल्याप्रमाणे बळीराम पाटील जेवणाच्यावेळी उपस्थित झाले होते. मधुकर कावळेनं ओळख करून दिली. 'हे प्रभाकरचे सासरे आहेत. हे माणिकचंद आणि गोपीचंद. आपल्याला मदत करत आहेत. बाकीचं मी तुम्हाला बोललो आहेच.' बळीराम पाटलाने राजकीय मुत्सद्याप्रमाणे नमस्कार उरकून घेतला. 'मित्र म्हणून जेवढी मदत करता येईल तेवढी करतोय.' माणिकचंदनं काहीतर बोललं पाहिजे म्हणून तोंड उघडलं होतं.

❖❖❖

अचलपूरमध्ये निर्मनुष्य शांतता पसरली होती. गाव चिडीचूप होता. गावकुसाबाहेर मात्र धामधूम चालू होती. दलितांसाठी नव्याने बांधलेल्या घरांचं आज वाटप होतं. ह्या समारंभाला जिल्ह्याचे पालक मंत्री ना. माने आले होते. रोहिदासही ह्या समारंभाला आवर्जून उपस्थित राहिला होता. जिल्ह्यातील प्रमुख दलित कार्यकर्ते ह्या कार्यक्रमाला आले होते. मंडप टाकला होता. पताका लावल्या होत्या. लाऊड स्पीकर लावले होते. भीमनगरमध्ये वर्दळ आणि गर्दी झाली होती. शासकीय वाहनं, पोलिसांचा ताफा, पत्रकार, पुढारी, फोटोग्रॉफर, कॅमेरामन आदींनी हजेरी लावली होती. गावातल्या ग्रामपंचायतीचे सदस्य, तलाठी, ग्रामसेवक, शिक्षक, हेडमास्तर, पोस्टमास्तर कार्यक्रमाला आले होते. नरेंद्र पाटील, बाजीराव चव्हाण, सदाशिव मोरे, गोडबोले गुरूजी हे एका कोपऱ्यात बसले होते. सर्वत्र उत्साहाचं वातावरण होतं.

सर्वप्रथम 'भीमनगर' ह्या फलकाचं अनावरण करण्यात आलं. त्यानंतर 'मिलिंद वाचनालय' ह्या फलकाचं अनावरण झालं. नंतर पाहुणे व्यासपीठावर विराजमान झाले. प्रमुख कार्यक्रम सुरू झाला.

सदानंद कांबळे, रोहित कांबळे, कबीर कांबळे, सिद्धार्थ पगारे, काशिनाथ पोळके, धीरज पगारे, संदीप पोळके आणि मंगेश कांबळे ह्यांना नवीन घरांच्या चाव्या देण्यात आल्या. त्यांचे फोटो काढण्यात आले. ह्या कार्यक्रमासाठी धीरज पगारे, संदीप पोळके आणि मंगेश कांबळे मुंबईवरून आले होते. रोहित कांबळे आणि सविता कांबळे ह्यांच्या चेहऱ्यावर मात्र उदासी स्पष्टपणे दिसत हाती. दलितांनी वर्गणी जमा करून मिठाई आणली होती. कार्यक्रमात सर्वांना मिठाई वाटली होती.

नवीन घरात प्रवेश करताना दलितांचे चेहरे उजळले होते. जुन्या झोपड्यांपेक्षा ही घरं प्रशस्त होती. आखीवरेखीव होती. एका रांगेत ओळीने दहा घरे बांधली होती. अशा अनेक रांगा होत्या. प्रत्येक रांगेला पिण्याच्या पाण्याचा सार्वजनिक नळ दिला होता. सांडपाण्यासाठी गटारीची व्यवस्था होती. मध्यभागी बाग होती. बागेत लहान मुलांना खेळण्यासाठी व्यवस्था केली होती. अंबादास महाराकडून मिठाई घेताना नरेंद्र पाटलांनी टोमणा मारला होता, 'आम्ही तुमच्या झोपड्या जाळल्या म्हणून तुम्हाला नवीन घरं मिळाली. आता तुम्ही आमची घरं जाळा म्हणजे आम्हाला नवीन घरं मिळतील.' नरेंद्र पाटील शेजारी उभा असलेला बाजीराव चव्हाण म्हणत होता, 'मजा आहे बाबा तुमची ! आम्हीही महार असतो तर बरं झालं असतं. सरकारनं लाड केलं असतं आमचं.'

भीमनगरमधल्या ह्या सोहळ्यापासून मातंग वस्ती फटकून दूर उभी होती. लहू मांग कार्यक्रमात दिसत होता. द्रौपदी दारात बसून तांदूळ निवडत होती. तिचा लहान मुलगा राजा अंगणात खेळत होता. त्याची बालबुद्धी त्याला अस्वस्थ करत होती. तो

आपल्या आईला प्रश्न विचारून भंडावून सोडत होता.

'माय, त्या लोकांना नवीन घरं मिळाली. मग आपल्याला का नाही ?'

'गावातल्या लोकांनी त्यांची घरं जाळली होती.'

'मग आपली घरं का जाळली नाहीत ?'

'आता सांगते लोकांना, आमची घरं पेटवा म्हणून.'

भीमनगरमधला कार्यक्रम संपला होता. मंत्र्याला दुसरा कार्यक्रम होता. भाषणं आटोपती झाली होती. कार्यक्रम आटोशीर पण छान झाला होता. गावापेक्षा 'भीमनगर' अधिक सुंदर दिसत होतं.

कार्यक्रम झाल्यानंतर गर्दी विखुरली. गावातले लोक निघाले होते. त्यांच्या हातात महारांनी वाटलेली मिठाई होती. भीमनगर ओलांडल्यानंतर गावकऱ्यांनी आपल्या हातातली मिठाई उकिरड्यावर फेकून दिली होती.

❖❖❖

तात्या कांबळेच्या हत्येनंतर आंबेडकरी जलसा बंद पडला होता. आगीत जलशाचं साहित्य भस्मसात झालं होतं. धीरज पगारे, संदीप पोळके आणि मंगेश कांबळेनं गाव सोडलं होतं. सदानंद कांबळे आता फार्म हाऊसवरच राहात होता. त्याने भीमनगरशी असलेले संबंध तोडले होते. रोहित कांबळे पूर्णपणे खचला होता. स्त्री भूमिका करण्यासाठी आलेल्या कोल्हाटी समाजाच्या मुली सीमा आणि रीमा कायमच्या निघून गेल्या होत्या. पुन्हा एकदा मांडलेला खेळ उभा करणं महाकठीण झालं होतं.

दलितांना नवीन घरं मिळाली असली तरी जगण्यासाठी गावावरच अवलंबून राहाणं भाग होतं. त्यांच्या उदरनिर्वाहाचा प्रश्न सुटला नव्हता. त्यामुळे त्यांना गावाची मनधरणी केल्याशिवाय गत्यंतर नव्हतं.

अंबादासनं आपला जुना दारूचा धंदा सुरू केला होता. नामदेव आभरान घालून गावात भीक मागायला जात होता. संदीप पोळकेच्या भावानं गावात डुकरं आणून सोडली होती. सिद्धार्थ पगारेच्या बहिणीने कोंबड्या पाळल्या होत्या. रस्त्यावर खेळणाऱ्या लहान मुलांपेक्षा कुत्र्यांची संख्या अधिक दिसत होती. अनेक घरांच्या भिंती धुराने काळवंडल्या होत्या. काही दारांचे कडी कोयंडे तुटले होते. काही ठिकाणी खिडक्या तुटल्या होत्या. नवीन वस्तीला झोपडपट्टीचा चेहरा मिळत होता.

सिद्धार्थ पगारे, काशिनाथ पोळके, कबीर कांबळे आणि तात्या कांबळे ह्यांच्या

नावावर शेती होती. भीमनगरमधील ही चार घरं कामासाठी बाहेर जात नव्हती. शेतीच्या मालावर ते गुजराण करत असतं. कबीर कांबळे आपला वेळ बासरी वाजवण्यात आणि पुस्तके वाचण्यात घालवी. रोहित कांबळे स्पर्धा परीक्षांची तयारी करत होता. सिद्धार्थ पगारे आणि काशिनाथ पोळके शहरात भाड्याने रिक्षा चालवत होते.

'आपण धर्म बदलला पाहिजे.' काशिनाथ पोळकेचं बोलणं कबीर कांबळेला पुन: पुन्हा आठवत होतं. केवळ तात्या कांबळेनं आपला धर्म बदलला होता. तात्या कांबळेनं आपली पत्नी सविता कांबळे आणि मुलगा रोहित कांबळे ह्यांचाही धर्म बदलला होता. तात्या कांबळेची शेवटची इच्छा होती की सर्वांनीच बौद्ध धर्माचा स्वीकार केला पाहिजे. धम्म चक्र परिवर्तन दिनाच्या कार्यक्रमात बोलताना त्यांने हीच भूमिका मांडली होती. अचलपूरमधल्या सर्व दलितांनी सामुदायिक धर्मान्तर केलं पाहिजे. हा त्याचा आग्रह होता. लोकही त्याला अनुकूल झाले होते पण गावातलं वातावरण बिघडलं होतं. काशीनाथ पोळकेनं पुन्हा एकदा धर्मान्तराचा विषय छेडला होता. त्यामुळे कबीर गंभीर झाला होता.

धर्म बदलला तरी जगण्यासाठी जात्यांध लोकांवरच अवलंबून राहावं लागणार आहे. ईश्वर बदलेल, उपासना पद्धती बदलेलं, पण रोजीरोटीचे प्रश्न बदलणार नाहीत. दलितांचे आर्थिक दास्य नष्ट झाल्याशिवाय संपूर्ण परिवर्तन होणार नाही.

❖❖❖

सोनालीची अस्वस्थता कमी होण्यापेक्षा वाढतच चालली होती. तिला तिचं आयुष्य बंदिखान्यासारखं वाटत होतं. ती भयाण एकाकीपणाच्या गुहेतून भटकत होती. तिला एकाकीपणाचा जणू शापच मिळाला होता. तिला रक्तानं माखलेला प्रभाकर आठवायचा. बदला घेण्यासाठी आलेला रोहित आठवायचा. रक्ताने माखलेले कपडे घालून नाचलेला सुधाकर आठवायचा. तिच्या आयुष्यावर नियतीनं कफन पांघरलं होतं.

सोनालीला बांधून घातल्यासारखं वाटत होतं. गाव ओसाड वाटत होता. रात्री सुन्या सुन्या वाटत होत्या. सर्व बंधनं उधळून मोकाट पळत सुटावं, फाशीच्या डोंगरातील भुतं शोधावीत, तालमीत कुस्ती खेळणाऱ्या पैलवानांबरोबर मस्ती करावी, वळूच्या पाठीवर बसून गावभर हिंडावं, रोहितबरोबर नृत्य करावं, जे जे वर्ज्य, निषिद्ध ते ते करावं अशा चित्रविचित्र भावनांनी तिचं मन पिसाळून गेलं होतं.

तिला अलीकडे भीतीदायक स्वप्ने पडत होती. तिला सर्प वेटोळे घालत होते.

गिधाडे लचके तोडत होते. सरडे मिठी मारत होते. भिंतीवरून पडून फुटलेल्या आरशासारखी तिच्या मनाची अवस्था झाली होती. तिच्या मनातील प्रत्येक पेशी पिसाळली होती. दारू प्यावं, पत्ते खेळावेत, कुंटणखान्यात उभं राहून प्रत्येक गिऱ्हाईक घ्यावं अशा भावना तिच्या मनात उचंबळून येत होत्या.

प्रभाकरला जन्मठेप झाली तर काय करायचं ? कोर्टाचा निकाल कधी लागेल ? प्रभाकर निर्दोष सुटून आला तर पूर्वीसारखाच वागेल की त्याच्यात बदल झाला असेल ? एका खुन्याबरोबर सगळं आयुष्य कसं घालवायचं ? अनिश्चित आणि असुरक्षित भवितव्यानं ती पूर्णपणे कोलमडली होती.

तिला अलीकडे न्हाणीचीही भीती वाटत होती. न्हाणीत वाहिलेलं तात्या कांबळेचं रक्त आठवायचं. तिने मनुष्यवधाचा सबळ पुरावा नष्ट केला होता. तिनं सत्य सांगण्याचं धाडस नाकारलं होतं. तिला तिचं मन खात होतं. तिची झोप उडाली होती. तिच्या डोळ्याभोवती काळी वर्तुळं जमा झाली होती.

तिला रोहित कांबळे आठवायचा. तिच्या शब्दावर विश्वास ठेवून परत फिरलेला. तिची प्रत्येक गोष्ट शिरसावंद्य मानलेला. सुडाने पेटलेला रोहितचा भयानक चेहरा शांत होताना तिने पाहिला होता. त्या शांत चेहऱ्यानं तिला कायमचं अशांत केलं होतं.

सोनालीच्या स्वप्नात प्रत्येक दिवशी रोहित यायचा.

सोनाली रोहितच्या वियोगाने वेडीपिशी झाली होती. तिला हा ताण असह्य झाला होता. अंधाऱ्या रात्री ती वाड्याबाहेर पडली होती. ती अधीर झाली होती. तिने गृहत्याग करायचा ठरवला होता. ती रस्त्यावर आली होती. तिला कधी एकदा रोहितला भेटू असं झालं होतं. तिने प्रतिष्ठा ऊधळून दिली होती. निर्लज्ज झाली होती. निर्भय झाली होती. ती अवेगानं भीमनगरकडे निघाली होती. तिच्या रूपात एक वादळच निघालं होतं. लहू मांगाची आरोळी ऐकू आली आणि ती घाबरली, संकोचली. पण तिने पळ काढला नाही. ती रस्त्यावर तशीच उभी राहिली. लहू मांगाचा आवाज हळूहळू जवळ येत होता.

रस्त्यावर एकटी स्त्री उभी असल्याचं पाहून लहू मांगही बिचकला होता. तोही घाबरून गेला होता. धाडस करून पुढं आला. त्याला सोनाली दिसली. तो काळजीत पडला.

'तुम्ही बाहेर कशा ?'

'झोपेत चालण्याची सवय आहे.'

'आता वाड्यात जा'

'माझं मी जाईन.'

'इतक्या रात्री बाहेर असणं चांगलं नाही. वाड्यात कळालं तर... ?'

'मला रोहितला भेटायचंय'

'हा अविचार आहे. तुम्ही मुकाट्यानं वाड्यात चला.'

'मला रोहितला भेटायचंय.'

'तुमची मर्जी'

'मला घर दाखवशील ?'

'दुरून. सोबत येणार नाही.'

'ठीक आहे.'

लहू मांग पुढं चालत होता. मागून सोनाली. कुत्री भुंकत होती. वारा वाहत होता. अजून चंद्र उगवला नव्हता. लहू मांगानं दुरूनच रोहितच घर दाखवलं. लहू मांग आल्या पावली परत फिरला. सोनाली रोहितच्या दारात उभी होती. तिनं दारावर थाप मारली. रोहितनं दार उघडलं. सविता कांबळेही दचकून उठली होती. इतक्या रात्री अचानक दार वाजल्यामुळे दोघेही घाबरले होते. दारात सोनाली उभी होती. पहाडासारखी.

'सोनाली तू,'

'होय'

'का आलीस ?'

'तुला भेटायला.'

'इतक्या रात्री ?'

'दिवसा भेटता येत नाही म्हणून.'

'घरी कळालं तर ?'

'कळू दे.'

'परत चल.'

'मी परत जाणार नाही.'

'तुझ्या नवऱ्यानं माझ्या नवऱ्याचा जीव घेतला. आता तू माझ्या मुलाचा जीव घ्यायला निघाली आहेस.'

'प्रभाकर खुनी आहे. मी त्याच्याबरोबर राहू शकत नाही.'

'काय करणार आहेस तू ?'

'आत्महत्या. त्यापूर्वी तुला बघावं वाटलं म्हणून आलेय.'

'वेडी आहेस का ?'

'होय ऽ मला वेड लागलंय. तुझं.'

रामभाऊ कावळे आले होते. त्यांच्यापाठोपाठ लहू मांग आला होता. रात्रीला तडे गेले होते. सविता कांबळे हादरली होती. 'घरी चलऽ' दरड कोसळावी तसा रामभाऊ कावळेचा आवाज कोसळला होता. सोनालीही मुकाट्याने वाड्याकडे वळाली

होती. तिच्यामागून रामभाऊ कावळे आणि लहू मांग चालत होता. रोहित कांबळे त्यांच्या पाठमोऱ्या आकृत्यांकडे पाहात होता. 'आता काय होईल ऽ' सविता कांबळेनं हताशपणे स्वत:लाच विचारलं होतं.

थोड्या वेळानं लहू मांगाची आरोळी ऐकू आली.

सविता कांबळे आणि रोहित रात्रभर जागले. त्यांना झोप आली नाही. रोहितला सोनाली पुन:पुन्हा आठवत होती. आता तिनं रोहितच्या मनात कायमचा प्रवेश केला होता. त्याच्या मनात भुईसुरुंगांचा स्फोट होत होता.

'महारवाड्यात का गेली होतीस ?' रामभाऊ

'मला माहीत नाही' सोनाली.

'सोनाली काय झालंय गं ?' काशीबाई.

'काहीच झालं नाही.' सोनाली.

'तू महारवाड्यात का गेलीस ? तुझी तिथं जाण्याची काय गरज होती ? त्यांना आपण वाड्यावर बोलावलं असतं.' काशीबाई.

'मला रोहितबरोबर बोलायचं होतं.' सोनाली

'त्याच्याशी बोलण्याची गरजच काय ? आपण चांगला वकील दिला आहे. प्रभाकर सुटून येईल. आम्हाला काळजी आहे ना.' काशीबाई

'ती प्रभाकरसाठी महारवाड्यात गेली नव्हती.' रामभाऊ.

'प्रभाकरला शिक्षा झाली तर मी काय करावं ? प्रभाकर तुरुंगातून निर्दोष सुटून येईपर्यन्त मी काय कराव ?' सोनाली.

'पोथी वाच. स्वेटर वीण' पार्वतीबाई

'हे मला शक्य नाही. शक्य नाही. प्रभाकर निर्दोष सुटून येईपर्यंत किंवा शिक्षा भोगून येईपर्यंत मी वाट पाहू शकत नाही.' सोनाली.

'म्हणजे काय करणार आहेस ?' रामभाऊ.

'मला योग्य वाटेल ते मी करेन' सोनाली.

'महारवाड्यात जाशील ?' रामभाऊ.

'जाईन ऽ' सोनाली.

'खबरदार ऽ' रामभाऊ कावळेनं सोनालीवर हातातली काठी उगारली होती. काशीबाईनं सोनालीला पाठीशी घातलं होतं. रामभाऊ कावळे क्रोधाने पेटले होते. 'बाजूला हो. ही आपल्या घराण्याला काळिमा फासतेय.' काशीबाईचा आवाज चढला होता. 'खोट्या प्रतिष्ठेपायी माझ्या मुलाला तुरुंगात पाठवलंत. आता त्याच्या बायकोच्या जीवावर उठला आहात. अगोदर मला मारा.' काशीबाईंच्या आवाजानं काळोख थरारला

होता. काशीबाईचा आवेश पाहून पार्वतीबाई काठी टेकत पुढं आली. 'आम्हा तिघीलाही मार. तू एकटा राहा ह्या वाड्यात.' आपल्या आईचा थरथरता वृद्ध आवाज पाहून रामभाऊ कावळे विचलित झाला होता. श्रीपतराव मात्र शांतपणे चिरूट ओढत होता.

'तुझ्या पोरानं गुन्हा केला तर चालतो. मग ह्या पोरीनं गुन्हा केला तर का चालत नाही ?' पार्वतीबाईंच्या प्रश्नानं रामभाऊ निरूत्तर झाला होता. भूताळी दूर कोपऱ्यात उभा होता. 'महाराला मारून प्रभाकर जेलमध्ये गेला. घराण्याची प्रतिष्ठा वाढली. आता तू सुनेला मार आणि जेलमध्ये जा. घराण्याचं नाव गाजेल.' पार्वतीबाईंच्या उपरोधपूर्ण बोलण्यानं रामभाऊ कावळे व्यथित झाला होता. इतक्यात सुधाकर ओरडत झोपेतून ऊठला.

'चोर ऽ चोर ऽऽ' सुधाकर

'झोप ऽ' रामभाऊ.

'पोलीस कोठे गेले ?' सुधाकर.

'कुठले पोलीस ?' रामभाऊ.

'आता खेळत होतो ना आम्ही. चोर आणि पोलिस.' सुधाकर.

'आता सर्वजण झोपा ऽ उद्या बघू.' श्रीपतराव.

रात्री कोणीच झोपलं नाही. सर्वांना ही काळ रात्र वाटली.

❖❖❖

सकाळी सविता कांबळेनं कबीर कांबळेला घरी बोलावून घेतलं आणि रात्री घडलेला प्रकार सांगितला. कबीर कांबळे हादरून गेला. घडलेली घटना अत्यंत स्फोटक होती. रोहित रात्रभर झोपला नव्हता. 'सोनालीच्या जीवाचं बरं वाईट होईल.' ह्या विचाराने तो त्रस्त झाला होता, तर 'रोहितच्या जीवाचं बरं वाईट होईल' ह्या विचारानं सविता कांबळे खचली होती. पतीच्या हत्येनंतर सविता कांबळेनं स्वत:ला सावरलं होतं पण रात्रीच्या प्रसंगानं ती पूर्णपणे कोलमडली होती. तिच्यापुढे रक्तलांछित भवितव्य भीती दाखवत उभं होतं. ती हवालदिल झाली होती. रोहितवर मात्र काहीच परिणाम झाला नव्हता.

'सोनालीचं शिक्षण माझ्यामुळेच थांबलं. त्या वेळी मी काहीच करू शकलो नाही. सोनालीनं त्या दिवशी मला अडवलं नसतं तर माझ्या हातून भयंकर हत्याकांड घडलं असतं. सोनालीमुळं मी सुडापासून परावृत्त झालो. नवऱ्याच्या

गुन्ह्यामुळे ती पुन्हा एकदा आयुष्यातून उठते आहे. आणि मी काहीच करू नये.’ रोहित.

‘अरे ती पाटलाची सून आहे.’ सविता

‘हे तिलाही माहीत आहे.’ रोहित

‘रोहित, त्यांनी केलेला गुन्हा हा गुन्हा नसतो. तो त्यांचा जन्मसिद्ध अधिकार असतो. ह्यापूर्वी वाड्यातले पुरूष स्त्रियांची मागणी करत. आता वाड्यातली स्त्री पुरुषासाठी मागणी करते आहे. व्यक्ती बदलली तरी वृत्ती तीच आहे.’ कबीर कांबळे.

‘प्रभाकरला शिक्षा होईल आणि सोनाली विवाहबंधनातून मुक्त होईल. आम्ही पुनर्विवाह करू.’ रोहित

‘तू स्वप्नात आहेस’ कबीर कांबळे.

‘तू सोनालीला विसरून जा. नाहीतर तिची हत्या होईल. आपल्यालाही परिणाम भोगावे लागतील.’ सविता कांबळे

दारात कोणाचं पाऊल वाजलं तरी सविता कांबळे दचकत होती. कावळेनं हल्लेखोर पाठवले असावेत ह्या भयानं तिला पछाडलं होतं. रोहितच्या नजरेत मात्र कावळेचा वाडा अधिक गडद होत चालला होता. ‘प्रभाकर कावळेनं तुझ्या वडिलांचा खून केला आहे म्हणून त्याच्या बायकोला पळवून नेण्याचा विचार तर करत नाहीस ?’ कबीर कांबळेच्या प्रश्नानं रोहितच्या भावना दुखावल्या होत्या. रोहित काहीच बोलत नव्हता.

नामदेव दारात हलगी वाजवत उभा होता. त्याला भिक्षा वाढण्यासाठी सविता कांबळे जागची उठली.

‘हा आपला हिंदू धर्म आहे.’ कबीर कांबळे मनातल्या मनात पुटपुटत होता.

❖❖❖

काशीबाई, पार्वतीबाई, सोनाली, सुधाकर आणि भूताळी ट्रॅक्टरमध्ये बसून मळ्याला गेले होते. वाड्यात रामभाऊ कावळे आणि श्रीपतराव कावळे दोघेच होते. शेतात गव्हाची कापणी सुरू झाली होती. गावातल्या महारांनी रामभाऊ कावळेचं काम बंद केलं होतं. त्यामुळे रामभाऊ कावळेनं धरणगावातून शेतमजूर आणले होते.

रामभाऊ कावळे आणि श्रीपतराव कावळे चिंतेत होते. सोनाली त्यांच्या चिंतेचं कारण होती. पितापुत्रांमध्ये सुनेच्या वर्तनाची चर्चा चालू होती.

'बळीराम पाटलांना बोलावून घ्यावं आणि त्यांच्या कानावर टाकावं.'

'त्यांनी इतका मोठा हुंडा दिलाय. लग्नाचा खर्च केलाय. त्यांना त्यांच्या पोरीचं चरित्र माहीत असणारच. खेड्यातली अनाडी पोरगी केली असती तर हा प्रश्न निर्माण झाला नसता.'

'ही पोरगी रात्री महारवाड्यात जाण्याचं धाडस करते ह्याचा अर्थ त्या पोराची आणि हिची पूर्वीची ओळख असणारच. तो पोरगा पुण्याला शिकायला होता.'

'ह्या पोरीला घरातून काढणं धोक्याचं आहे. ती प्रभाकरच्या विरोधात कोर्टात साक्ष देऊ शकते. बाई खवळली तर काय करू शकत नाही ? घराबाहेर काढलं आणि ती महारवाड्यात घुसली तर आणखीन अडचणीचं होईल. दुसरं हे प्रकरण प्रभाकरला माहीत नाही. त्याला वाटेल ह्यांनी आपली बायको नीट सांभाळली नाही. आपल्या माघारी तिला घरातून बाहेर काढलं. प्रभाकरला दुसरी बायको मिळणेही अवघड आहे. तो जेलमध्ये गेल्याचं सगळ्याला माहीत झालं आहे. घरात कामाला बाई पाहिजेच.'

'प्रभाकरला शिक्षा झाली तर हिची आणि सुधाकरची गाठ मारून देता येईल. प्रभाकर सुटून आला तर त्याला दुसरी बायको करून देता येईल. त्याला दोन बायका होतील. होऊ दे.'

'घरात ती जिवंत आली आहे. घराबाहेर तिचं प्रेत जाईल.'

'तिला एकटं सोडणं धोक्याचं आहे. ती आत्महत्या करू शकते. अलीकडं तिचं वागणं खूप बदललंय.'

श्रीपतराव कावळे आणि रामभाऊ कावळे बोलत असतानाच वाड्यात टेलिफोन खात्याची माणसं आली होती. 'फोन कोठे बसवायचा ? वायरिंग करायची आहे.' लाईनमन चौकशी करत होता. रामभाऊ लगबगीनं उठून त्याला बैठकीतली जागा दाखवत होता.

'फोन कधी सुरू होईल ?'

'आठवडा लागेल.'

'आता काय करणार आहात ?'

'वायरिंग करून ठेवतो. उद्या फोन आणून लावतो.' घरात फोन येणार म्हणून रामभाऊ कावळे आणि श्रीपतराव कावळेंना आनंद झाला होता. टेलिफोनची माणसं आपल्या कामाला लागली होती. रामभाऊ कावळे अणि श्रीपतराव कावळे त्यांचं काम पाहण्यात तल्लिन झाले होते.

हेमा पंडित सर्वांना चहा देत होती. 'पुढचं सरपंचपद ताईला मिळालं पाहिजे' माणिकचंदने चहा पिता पिता हळूच पुडी सोडली. सर्वांचा हशा पिकला. हेमा पंडितला कोणी तरी गुदगुल्या करत असल्याचा भास होत होता. अपघाताने त्यांना सत्ता मिळाली होती. राजकारणाची कसलीच पार्श्वभूमी नसताना ते लोकमताच्या लाटेवर आरुढ झाले होते. लोकांच्या धार्मिक भावनांना आव्हान करुन त्यांनी निवडणूक जिंकली होती. त्यांच्या महत्त्वाकांक्षा वाढल्या होत्या आणि सुदोपसुंदी सुरू झाली होती.

❖❖❖

सदानंद कांबळेला मारहाण झाल्याची बातमी वाचून अनेक दलित कार्यकर्त्यांनी अचलपुराला भेट दिली होती. नरेंद्र पाटीलची पाचावर धारण बसली होती. नरेंद्र पाटील आणि त्याची बायको माणिकचंदच्या घरी गेले होते. 'हे प्रकरण काही करुन मिटवा' म्हणून हात जोडले होते. माणिकचंदच्या हातात त्यांनी बंद पाकीट ठेवलं होतं.

माणिकचंदला आयती संधी चालून आली होती.

सदानंद कांबळे मात्र कोणालाच भेटत नव्हता. कबीर कांबळे आणि रोहित कांबळे रात्री उशिरा फार्म हाऊसवर गेले होते. सदानंद खूप दारू प्याला होता. तो उलट्या करत होता. त्याची बायको त्याच्याजवळ पाण्याचा तांब्या घेऊन उभी होती.

'सरपंच झाल्यापासून हे पियाला लागलेत.' सदानंद कांबळेची बायको राधा रोहितकडे तक्रार करत होती. सदानंद कांबळेनं मौन धारण केलं होतं. कबीर कांबळे आणि रोहित कांबळे मुकाट्याने आल्या पावली परत फिरले होते. 'अरे तुम्हाला सरपंच व्हायचं का ?' सदानंद कांबळे उत्तेजित होऊन ओरडत होता. त्याची बायको त्याला अडवत होती. रोहित कांबळे व कबीर कांबळे पाठीमागे वळून न पाहाता परत निघाले होते. सदानंद कांबळे जोरजोरात ओरडत होता. 'अरे ऽ तुम्हाला सरपंच व्हायचं का ?'

'अंधार आहे. नीट बघून चाल. रस्त्यात साप पडलेले असतात' कबीर कांबळे रोहितला सावध करत होता. रोहितच्या मनात मात्र सदानंद कांबळे उलट्या करत होता.

❖❖❖

आज पंधरा ऑगस्ट. स्वातंत्र्यदिन.

गावात स्वातंत्र्यदिन साजरा होत होता.

शाळकरी मुलांची गावातून प्रभात फेरी निघाली होती.

गावात उल्हासाचं, उत्साहाचं वातावरण होतं.

शाळकरी मुलांच्या गणवेशानं गावाची शोभा वाढली होती. शाळकरी मुलांच्या गाण्या आणि घोषणांनी गाव गर्जत होता.

गावातले ग्रामपंचायतीचे कार्यालय सुशोभित केले होते. पताका लावल्या होत्या. ग्रामपंचायत कार्यालयापुढे रांगोळी घातली होती. लाऊडस्पीकरवर देशभक्तीपर गीतं लावली होती. राष्ट्रध्वज धुवून इस्त्री केला होता. राष्ट्रध्वजाची घडी केली होती. त्यात फुले भरली होती. राष्ट्रध्वज दोरीने खांबावर बांधला होता. ग्रामस्थ जमले होते. ग्रामसेवक आणि तलाठी कार्यक्रमांची पूर्वतयारी करत होते. सदानंद कांबळे कडक इस्त्रीचे कपडे घालून कार्यक्रमाला आला होता. त्याच्याशी कोणीच बोलत नव्हतं. ग्रामपंचायतीचे सर्व सदस्य आले होते. हेमा पंडितने खादीची पांढरी शुभ्र साडी घातली होती.

नरेंद्र पाटील, बाजीराव चव्हाण, विष्णू पुजारी, सदाशिव मोरे आणि रामभाऊ कावळे झेंडा वंदनासाठी आले होते. रामभाऊ कावळे आणि नरेंद्र पाटीलने जॉकेट घातले होते. विष्णू पुजारी मात्र भगवे कपडे घालून आला होता. त्यांच्यात हास्यविनोद चालू होता. सदानंद कांबळे मात्र ह्या गर्दीत एकटा पडला होता.

'सर्वजण ध्वजारोहणाच्या कार्यक्रमासाठी रांगेत उभे राहा' ग्रामसेवकाने ग्रामस्थांना सूचना दिल्या. सर्वजण रांगेत उभे राहिले. पुढच्या रांगेत शिवशक्तीचे सदस्य होते. प्रतिष्ठित नागरिक होते. गावकरी जागा मिळेल त्या रांगेत उभे राहात होते. द्रौपदी हातात खराटा घेऊन दूर उभी होती.

राष्ट्रध्वजाजवळ नरेंद्र पाटील, रामभाऊ कावळे, ग्रामसेवक आणि तलाठी उभे होते. सदानंद कांबळे राष्ट्रध्वजाच्या खांबाकडे निघाला होता. सदाशिव मोरेनं सदानंदचा हात धरला होता आणि त्याला अडवलं होतं.

'सदानंद तू प्रेक्षकात उभा राहा.' सदाशिव मोरे

'का ?' सदानंद कांबळे

'झेंडावंदन करण्याचा मान हा गावातल्या लोकांचा आहे. तू राखीव जागेमुळं सरपंच झाला आहेस. तुझ्यामागे बहुमत नाही. राखीव जागेतल्या सरपंचाने झेंडावंदन करावे असा काही नियम नाही. उपसरपंचाने झेंडावंदन केले तरी चालते' सदाशिव मोरे.

'सरपंच उपस्थित असताना उपसरपंच झेंडावंदन कसा करणार ?' सदानंद.

'हे बघऽ आपल्यात काय ठरलंय ? तू तुझ्या पायरीप्रमाणे वागायचं आणि आम्ही तुला सहकार्य करायचं. तू तुझ्या पायरीप्रमाणे प्रेक्षकात ऊभा राहा. झेंडावंदन आम्हीच करणार. तो आमचा मान आहे.' सदाशिव मोरे.

'तो माझा मान आहे.' सदानंद कांबळे.

'एक पाऊल जरी पुढं टाकलास तरी याद राख.' सदाशिव मोरे.

हॉर्न वाजवत पोलीस जीप आली. पोलीस जीपमधून मराठे हवालदार आणि पाच सहा पोलीस उतरले. त्यापाठोपाठ कबीर कांबळे, रोहित कांबळे उतरले. नरेंद्र पाटील कार्यक्रमाला न थांबता तावातावाने निघून गेला. पोलीस बंदोबस्तामध्ये सदानंद कांबळेने ध्वजारोहण केले. राष्ट्रध्वज डौलाने फडकत होता. पोलिसांनी मानवंदना दिली होती.

त्या दिवशी सदानंद कांबळे, बाजीराव चव्हाण, सदाशिव मोरे, हेमा पंडित आणि विष्णू पुजारी कलेक्टर कचेरीत गेले होते. तिथं सदानंद कांबळेची भीमा भोळे आणि चंद्रकांत अंभोरेबरोबर गाठभेट झाली होती.

'तू सरपंच झाल्यापासून कोणाला भेटायला तयार नाही. तुला कोणी मारलं ? त्याच्या तक्रारीचं पुढं काय झालं ?' चंद्रकांत अंभोरे.

'मला तक्रार करायची नाही' सदानंद कांबळे.

'म्हणजे तू विकला गेला आहेस' भीमा भोळे.

'तस समजा.' सदानंद कांबळे.

'ही चळवळीशी गद्दारी आहे.' चंद्रकांत अंभोरे.

'मला चळवळीनं तिकिट दिलं नव्हतं. मी चळवळीतून निर्माण झालेला कार्यकर्ता नाही. मला गावानं निवडून दिलं आहे.' सदानंद कांबळे.

'हा पाळलेल्या पोपटासारखा बोलतोय.' भीमा भोळे.

'सदानंद, तुझ्यामुळे चळवळीची बदनामी होईल. तू अशी भूमिका घेऊ नको. ह्यामुळे अन्याय करणाऱ्यांची हिंमत वाढेल. आणि सामान्य माणसाचा आत्मविश्वास खचेल' चंद्रकांत अंभोरे.

'माझी कसलीच तक्रार नाही.' सदानंद कांबळे.

'मार खाण्याचे किती पैसे घेतलेस ?' चंद्रकांत अंभोरे.

'मला तुमची भाषा कळत नाही.' सदानंद कांबळे.

'म्हणजे तुला जोड्याची भाषा कळते तर !' भीमा भोळे.

भीमा भोळे आणि चंद्रकांत अंभोरेनी सदानंद कांबळेच्या ढोंगांचे वाभाडे काढले होते. त्याला उघडे पाडले होते.

बाजीराव चव्हाण, विष्णू पुजारी, सदाशिव मोरे आणि हेमा पंडित दूर जाऊन उभे होते. ते सदानंद कांबळेची प्रतीक्षा करत होते. त्यांनी सदानंद कांबळेचा जखमी चेहरा वाचला होता.

❖❖❖

अचलपूरच्या दलितांनी सामूहिक धर्मान्तराची घोषणा केल्यामुळे खळबळ माजली होती. वर्तमानपत्रात ऊलटसुलट बातम्या छापून येत होत्या. सवर्णांचे पित्त खवळले होते. ख्रिश्चन मिशनऱ्यांनी भीमनगरमध्ये धर्मार्थ दवाखाना सुरू केल्यामुळे गावात अस्वस्थता पसरली होती. रविवारी पालकांच्या उपस्थितीत समाज मंदिरात प्रार्थना झाली होती. गावातल्या लोकांच्या तोंडचे पाणी पळाले होते.

> 'आमचा कल बौद्ध धर्म स्वीकारण्याकडे होता. अजूनही आहे. पण भारतीय संस्कृतीमधला धर्म स्वीकारल्याने हिंदूंची आमच्याकडे पाहाण्याची दृष्टी बदलत नाही. त्यामुळे आम्ही विदेशी मूळ असलेला धर्म स्वीकारणार आहोत. आम्हाला तुच्छ लेखणारी मनोवृत्ती तेव्हाच बदलेल. आम्ही भारतीय आहोत. भारतीयांसारखे दिसतो. भारत ही आमची मातृभूमी आहे. आम्हाला धर्मान्तरापासून रोखणे म्हणजे हिंदू धर्माच्या जाती व्यवस्थेत राहाण्याची सक्ती करणे होय. आम्हाला अस्पृश्य लेखणारा हिंदू धर्म मान्य नाही'

कबीर कांबळे, काशिनाथ पोळके आणि सिद्धार्थ पगारे ह्यांच्या नावाने हे पत्रक छापले होते. ह्या पत्रकाची गावभर चर्चा होत होती. गाव ढवळून निघाला

होता.

नरेंद्र पाटील, बाजीराव चव्हाण, सदाशिव मोरे, विष्णू पुजारी, हेमा पंडित, गोडबोले गुरुजी, रामभाऊ कावळे आणि शिवशक्ती संघटनेचे सर्व कार्यकर्ते शिवमंदिरात जमा झाले होते. जिल्ह्यातून काही हिंदू नेतेही ह्या बैठकीला आले होते. ह्या बैठकीकडे सगळ्या गावाचं लक्ष लागलं होतं.

'परकीय पैशांच्या जोरावर हे धर्मान्तर होतंय'

'मग हिंदूंनीही दलितांना पैसे द्यावेत.'

'पिण्याचे पाणी देत नाही. पैसे कसे देणार ?'

'मग होऊ द्या धर्मान्तर'

'हिंदू धर्माला धोका निर्माण होईल'

'भीती धर्म बुडण्याची नाही. महारांना समानतेने वागवावं लागेल. त्याचा विचार करा'

'ह्या देशात परकीय धर्माचे लोक वाढतील.'

'हिंदू धर्मातही परकीय लोकांना घ्या.'

'कसे घेणार ? हिंदू धर्मात आल्यावर त्यांना कोणत्या जातीत घ्यायचे. हा प्रश्न पडतो.'

'जाती व्यवस्था नष्ट झाली पाहिजे.'

'फुले आंबेडकरांनी हेच सांगितलंय.'

'हे ब्राह्मणांनी सांगितले पाहिजे.'

'धर्मान्तरविरोधी कायदा झाला पाहिजे म्हणजे हिंदू धर्माची काळजी करण्याचे कारण राहाणार नाही.'

'धर्मान्तरबंदी कायद्यासाठी सत्याग्रह करू या.'

'त्यापेक्षा हरिजनांना मंदीर प्रवेश देण्यासाठी सत्याग्रह करू या'

'अरे देव विटाळेल'

'अस्पृश्यता निवारणार्थ जो सत्याग्रह करायचा आहे तो अस्पृश्यांनी न करता सवर्ण हिंदूंनी केला पाहिजे. कारण ह्या थोर सामाजिक अन्यायाचे प्रतिपालन स्पृश्य हिंदूंकडून होत आहे. म्हणून त्याचे परिमार्जनही त्यांच्याच हातून होणे इष्ट आहे. ही हिंदूंची जबाबदारी आहे.'

'तुम्ही तर गांधीजी सारखे बोलायला लागले.'

'दलितांच्या घरी जाऊन पाणी पिण्याचा कार्यक्रम करू या.'

'कोणताही धर्म स्वीकारला तरी ते महारवाड्यातच राहातील ना ?'

गावानं प्रथमच दलितांच्या प्रश्नाला इतक्या गांभीर्याने घेतले होते. दलितांचा

प्रश्न त्यांना त्यांचा प्रश्न वाटत होता. केवळ त्यांचीच नव्हे, तर त्यांच्या धर्माची आणि देशाची सुरक्षितता ही दलितांशी निगडीत आहे ह्याची त्यांना जाणीव झाली होती.

❖❖❖

तात्या कांबळे खून खटल्याची आज तारीख होती. आज सदानंद कांबळेची साक्ष होणार होती. त्याच्या साक्षीकडेच सर्वांचं लक्ष वेधलं होतं. सविता कांबळे, रोहित कांबळे, कबीर कांबळे, सिद्धार्थ पगारे आणि काशिनाथ पोळके आज सकाळपासून कोर्टातच होते. दलित कार्यकर्त्यांनी कोर्टात गर्दी केली होती. चंद्रकांत अंभोरे, पंडित कानडे आणि भीमा भोळे कोर्टाच्या आवारात फिरताना दिसत होते. सर्वांच्या चेहऱ्यावर तणाव पसरला होता.

दुपारी सदानंद कांबळे आला. त्याच्याबरोबर नरेंद्र पाटील, बाजीराव चव्हाण, सदाशिव मोरे, हेमा पंडित, विष्णू पुजारी आणि गोडबोले गुरुजी होते. त्यांच्या पाठोपाठ मधुकर कावळे, रामभाऊ कावळे आणि त्यांचा वकील आले. माणिकचंद आणि गोपीचंद मात्र कोठेच दिसत नव्हते.

'कोर्टात जायाचं ?' चंद्रकांत अंभोरे

'कशाला ? तो ज्यांच्या टोळीत आला आहे त्यांचीच भाषा बोलणार हे स्पष्ट आहे. मला ते सहन होणार नाही. त्यापेक्षा मी इथं थांबतो. तू जा' भीमा भोळे.

'मीही जाणार नाही' चंद्रकांत अंभोरे.

रोहित कांबळे आपल्या आईजवळ बसला होता. त्याचं पूर्ण लक्ष तिच्यावरच होतं. कारण सविता कांबळेनेच सदानंद कांबळेला मुलासारखं वाढवलं होतं. सदानंद कांबळेनं साक्ष उलटविली तर त्याचा सविता कांबळेच्या मनावर वाईट परिणाम होणार होता. कबीर कांबळे सविता कांबळेजवळ बसून बोलत होता. तिचं मन हलकं करण्याचा प्रयत्न करत होता. बहुतेकांच्या नजरा तिच्यावरच खिळलेल्या होत्या. ती शांतपणे कोर्टाचं कामकाज ऐकत होती.

कोर्टाच्या आवारात गोंधळ सुरू झाला होता. चंद्रकांत अंभोरे आणि भिमा भोळे ह्यांनी सदानंद कांबळेला जमिनीवर लोळवलं होतं. दलित कार्यकर्त्यांनी त्याला लाथा बुक्क्यांनी बेदम चोप दिला होता. सदानंद कांबळेचे कपडे फाटले होते. नाका

तोंडातून रक्त बाहेर आलं होतं. पोलीस धावून आले होते. त्यांनी सदानंद कांबळेची सुटका केली होती. सदाशिव मोरे, बाजीराव चव्हाण, नरेंद्र पाटील आणि विष्णू पुजारी पळून गेले होते.

मधुकर कावळे आणि रामभाऊ कावळेला आनंद झाला होता. त्यांच्या वकिलांच्या चेहऱ्यावरही स्मित हास्य दिसत होते. सुरेखा माने हसतच कोर्टाबाहेर पडली होती. मधुकर कावळेनं माणिकचंदला मोबाईलवर बोलून घेतलं होतं.

कबीर कांबळे आणि रोहित कांबळेनं सविता कांबळेला पकडून कोर्टाबाहेर आणलं होतं. तिला नीट चालता येत नव्हतं. तिचं अंग थरथरत होतं. चालता चालता ती खाली कोसळली होती. तिला तत्काळ नेऊन दवाखान्यात ॲडमिट केलं होतं.

तात्या कांबळे खून खटल्याला आता वेगळे वळण मिळाले होते.

❖❖❖

गौतम गांगुर्डे, कसबे गुरुजी आणि पंडित कानडे ह्यांनी एकत्र येऊन दलितांच्या धर्मान्तराविषयी साधक बाधक चर्चा व्हावी म्हणून सुप्रसिद्ध दलित लेखक दयानंद किणीकर ह्यांचं व्याख्यान आयोजित केले असल्याने त्याची शहरात जोरदार चर्चा सुरू झाली होती. दयानंद किणीकराच्या व्याख्यानाला श्रोत्यांनी प्रचंड गर्दी केली होती. सर्वच स्तरांतले श्रोते भाषण ऐकण्यासाठी आले होते. 'धर्मान्तराविषयी डॉ. बाबासाहेब आंबेडकरांची भूमिका' ह्या विषयावर दयानंद किणीकरांनी आपले विचार मांडले होते. दयानंद किणीकरांच्या भाषणानंतर श्रोत्यांनी प्रश्न विचारून चर्चा सुरू केली होती.

'दलितांच्या अज्ञानाचा फायदा घेऊन त्यांचे सक्तीने धर्मान्तर केले जाते. हे खरे आहे का ?'

'दलितांना अज्ञानी कोणी ठेवले ? त्यांच्या ज्ञानार्जनावर बंदी कोणी घातली ? गेले हजारो वर्षे दलितांच्या अज्ञानाचा गैरफायदा हिंदूंनी घेतला नाही का ? हिंदूंनी दलितांना अज्ञानी ठेवले नसते तर दलितांनी धर्मान्तर केलं नसतं. हिंदू धर्माने दलितांच्या ज्ञानाचे शोषण केले आहे.'

'बाबासाहेब आंबेडकरांनी दलितांना बौद्ध धर्माचा मार्ग दाखवला असताना दलितांनी परकीय धर्म स्वीकारणे चुकीचे नाही का ?'

'ह्या देशातील सर्व मुसलमान हे काही खैबर खिंडीतून आले नाहीत. ते ह्या देशातील पूर्वाश्रमीचे हिंदू आहेत. ह्या देशातील सर्व ख्रिश्चन हे काही साता समुद्रापलीकडून आले नाहीत. ते ह्या देशातील पूर्वाश्रमीचे हिंदू आहेत. ह्यामध्ये बहुसंख्य दलित आहेत. बाबासाहेब आंबेडकरांनी आणि गौतम बुद्धानीही दलितांनी बौद्ध धर्मच स्वीकारावा अशी सक्ती केलेली नाही. जे बुद्धीला पटेल तेच स्वीकारा असे त्यांचे सांगणे होते'

'दलितांनी बौद्ध धर्म का स्वीकारू नये ?'

'दलितांनी बौद्ध धर्म स्वीकारला तरी त्यांच्यावरील अन्याय अत्याचार थांबले नाहीत. हिंदूंनी दलितांविषयीचा आपला दृष्टिकोन बदलला पाहिजे.'

'हिंदू धर्म हा सहिष्णू आहे.'

'मला हे पटत नाही. एका विराट मानव समूहाला अस्पृश्य लेखणे, त्याचा स्पर्श, सावली आणि शब्दही अपवित्र मानणे, त्याचे डोळे काढणे, खून करणे, झोपड्या जाळणे असे प्रकार हजारो वर्षांपासून सुरू आहेत. ह्याला तुम्ही सहिष्णूता म्हणणार ?'

'दलितांनी धर्मान्तर केल्याने समजा-समाजात तणाव निर्माण होतील. त्याचे काय ?'

'हिदू धर्मात दलित हजारो वर्षांपासून आहेत आणि हजारो वर्षांपासून हे तणाव आपण पाहतच आहोत.'

प्रा. दयानंद किणीकर प्रत्येक प्रश्नाला उत्तर देत होते. प्रश्न विचारणारी मंडळी हिंदुत्ववादी विचारसरणीचे होती. त्यांनी दयानंद किणीकरला अडचणीत आणण्याचा प्रयत्न चालवला होता. चर्चा हमरीतुमरीवर येत होती. त्यामुळे गौतम गांगुर्डेनी चर्चेत हस्तक्षेप करून कार्यक्रम संपल्याचे जाहीर केले होते.

दुसऱ्या दिवशी सर्वच वर्तमानपत्रांनी दयानंद किणीकरांच्या बातम्या छापल्या होत्या. विलास थोरातनी दयानंद किणीकरांबरोबर खास बातचित करुन मुलाखत घेतली होती. ही मुलाखत दयानंद किणीकरांच्या फोटोसह वर्तमानपत्रात प्रसिद्ध झाली होती. त्यामुळे सर्वांच्या तोंडी दलितांच्या धर्मान्तराचा विषय होता.

❖❖❖

माणिकचंद, गोपीचंद, सिताफळे आणि मी फार्म हाऊसवर आलो होतो. आज फार्म हाऊसवर मुक्काम होता. सदानंद कांबळेनं गेट ऊघडलं. फार्म हाऊसच्या पायरीवर त्याने माणिकचंद आणि गोपीचंदचे पाय धुतले. मला ह्या दृश्यानं अस्वस्थ केलं. आम्ही फार्म हाऊसमध्ये बंद झालो.

'सदानंदनं आपला जबाब उलटवायाला नको होतं' मी.

'तुझं बरोबर आहे. त्याला ह्या गावात राहायचं आहे. त्याला इथे झेड सिक्युरिटी नाही' माणिकचंद.

'पैसे खाऊन माघार घेतली असणार' मी.

'अरे त्याने पैसे घेतले असते तर इथे वॉचमनची नोकरी केली असती का ? आणि त्याला पैसे देण्याची गरजच काय ! दम भरला की घाबरतो' गोपीचंद.

'भाऊ, हेमा पंडितविषयी बोला. हे तात्या कांबळे प्रकरण आता जुनं झालं' सिताफळे.

'तिला आयुष्यात एकदा तरी घेतलं पाहिजे. पुरणपोळी आहे' माणिकचंद.

'आज भाकरी तरी मिळते की नाही' मी.

'सुरेखा मानेला बोलावलंय' गोपीचंद.

चळवळीनं तात्या कांबळेच्या खुनाला वाचा फोडली. कार्यकर्ते रस्त्यात उतरले. कार्यकर्त्यांवर खटले भरले गेले. चळवळीच्या रेट्यामुळे तपासाची चक्रे वेगाने फिरली. गुन्हेगार गजाआड झाले. आज चळवळीची शक्ती वाया जात होती. कोर्टात साक्षीदार उलटत होते.

आंदोलन कशासाठी केलं होतं ?

तात्या कांबळेच्या गुन्हेगारांना शिक्षा व्हावी म्हणून की साक्षीदारांचे हात ओले व्हावे म्हणून ?

कार्यकर्त्यांनी एखादा प्रश्न धसास लावण्यापूर्वी बाँडवर लिहून घेतलं पाहिजे. 'आम्ही विकले जाणार नाही. उलटणार नाही. भिणार नाही.' नाहीतर कार्यकर्त्यांनी जेलमध्ये जायचं आणि अन्यायग्रस्तांनी परमिट रुममध्ये जायचं असं चित्र निर्माण होईल.

'अरे तुझा पेग संपव. खूप हळू घेतोस.'

'संपेल. तुम्ही घ्या.'

'समता, स्वातंत्र्य, न्याय, बंधुता विसरलास का ?'

मी माझा पेग संपवला आणि प्याला पालथा केला. तसा गोपीचंद खवळला. 'नाहीऽ बसऽ मला' माझा विषण्ण स्वर ऐकून मला कोणीच आग्रह केला नाही. त्यांच्यावर नशेचं वारुळ वाढत होतं. मी फार्म हाऊसच्या बाहेर पडलो होतो. रम्य रात्र आणि अवखळ हवा मला सुखावत होती. जातीचे संस्कार गळून पडत असतील तर चार जातीचे लोक दारू पिण्यासाठीही एकत्र यावेत. जातीचे संस्कार समूळ उखडले जात असतील तर चार जातीच्या लोकांनी एकत्र येऊन व्यभिचारही करावा. चार जातीचे लोक एकत्र येऊन गुण्या गोविंदाने वागत असतील तर वादाचे मुद्दे बासनात गुंडाळून ठेवावेत.

आभाळात शुक्राची चांदणी चमकत होती. पिठोरं चांदणं पडलं होतं. गेट उघडून सुरेखा माने आत येत होती.

माझ्या देहानं तिच्या स्वागतासाठी उत्सव सुरू केला होता.

❖❖❖

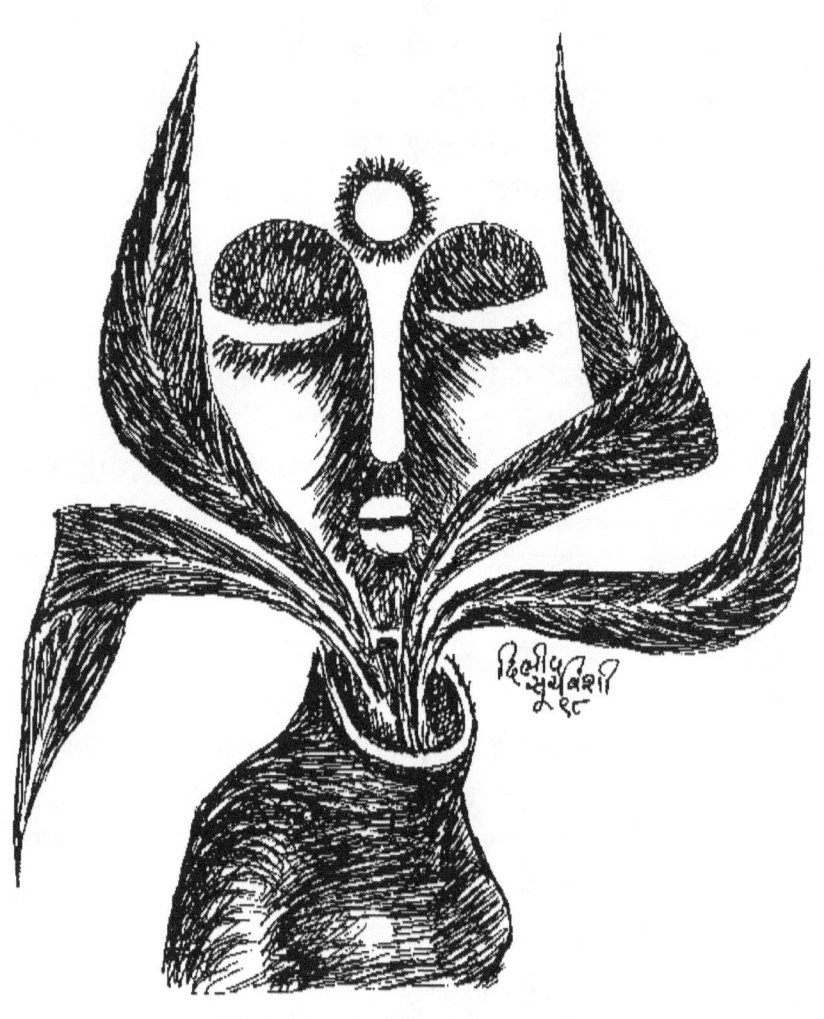

सोनालीला अजूनही ती रात्र आठवत होती. कुठल्या आवेगाने ती रोहितला भेटायला गेली होती ? कुठलं वेड तिच्या मस्तकावर स्वार झालं होतं ? त्या रात्री रामभाऊ कावळेनं तिला घरात नेलं नसतं तर ? त्या रात्रीपासून तिच्यावर कडक बंधनं लादली होती. ती सर्वांच्या नजरेतून उतरली होती. रामभाऊ कावळे तर तिच्या हातचं पाणीही पित नव्हते. माहेर आणि सासरच्या प्रतिष्ठेचं ओझं तिला असह्य झालं होतं.

मनासारखं जगता न येणारं आयुष्य काय कामाचं ? सोनालीच्या मनानं बंड

केलं होतं. 'ह्या शरीराचा पेटलेला होम आज विझवून टाकायाचा' ह्या निश्चयाने तिने आपले प्रत्येक पाऊल उचलले होते. वाड्याच्या गच्चीवरुन खाली झोकून देण्यासाठी तिने जमिनीकडे पाहिले. क्षणभर तिला मृत्यूचं भय वाटलं. तिनं मनाचा हिय्या केला आणि अनंतात विलीन होण्यासाठी तिने हात ऊंचावले. तोच तिच्या चेहऱ्यावर रोहितने आरसा मारला होता. रोहितनं प्रथमच पुढाकार घेऊन आपलं प्रेम प्रकट केलं होतं. सोनालीच्या चेहऱ्यावर सूर्य किरणं थयथय नाचली होती. सोनाली आनंदानं वेडी झाली होती. ह्या आनंदाच्या भरात खाली उडी घ्यावी आणि पळत जाऊन रोहितच्या गळ्यात पडावं असं तिला वाटलं होतं.

तिनं स्वत:ला सावरलं. मृत्यूच्या उंबऱ्याखाली उतरली. रामभाऊ कावळे पुण्याला गेल्यामुळे वाड्यातल्या दैनंदिन जगण्यात थोडा सैलपणा आला होता. घरातले नोकर-चाकरही आळसावले होते.

सोनाली वाड्यातल्या बागेतून फिरत होती. झाडांना पाणी घालत होती. पिकली पानं तोडत होती. फुलांच्या गंधानं मोहरत होती. फुलझाडांचे वाढणं, बहरणं, दरवळणं तिला वेड लावत होतं. ही बाग नसती तर तिच्या विरंगुळ्याला वाळवी लागली असती. ती लाजवंतीला रोज स्पर्श करायची. लाजून मिटणारी पानं पाहायची. तिला लाजवंतीचे कुतूहल वाटायचे. तिच्या मनातली लाज तिला साद घालायची. मोगरा वेणीत घालावा, गुलाब रोहितला द्यावा, सदाफुलीसारखं फुलावं आणि फुलपाखरांसारखे जगावं असं तिला वाटत होतं. असंख्य स्वप्नं पाहुण्यांसारखी तिच्याकडे वसतीला आली होती.

रोहित रात्रभर जागा होता. तो वाड्याच्या रस्त्याकडं डोळ्यात प्राण आणून पाहात होता. त्याला वाटलं होतं. सोनाली त्याला भेटायला येईल. रस्त्यावर बर्फ पडावा तसा अंधार पडला होता. लहू मांगाच्या आरोळीनं रात्र जागी झाली होती.

रोहित अस्वस्थ झाला होता. त्याची आजारी आई झोपली होती. तो ऊठला. त्याला सोनालीला भेटायचं होतं. त्याच्या मनात असंख्य चक्रीवादळं ऊठली होती. कसल्याही परिणामाची पर्वा न करता तो वाड्याकडं निघाला. आभाळात चांदण्या लुकलुकत होत्या. चंद्र बेपत्ता झाला होता.

रोहित वाड्याच्या दारात आला. तो महाकाय दरवाजा पाहून तो व्यथित झाला. वाड्याच्या उंचच उंच भिंती पाहून तो उदास झाला. सोनाली वाड्यात बंदिस्त होती.

रोहित सर्व शक्तीनिशी ओरडला. त्यानं आक्राळविक्राळ आरोळी ठोकली. सोनाली जागी झाली होती. श्रीपतराव जागे झाले होते. रोहित नैराश्यानं व्याकूळ झाला होता. त्याने वाड्याच्या दारावर आपला माथा टेकवला. त्याच्या मस्तकात

गुप्तधनाचे इषारे गर्जू लागले. त्याच्या सर्वांगाला दरदरून घाम फुटला. त्याच्या देहाची थरथर होत होती आणि वाड्याच्या भिंती शहारत होत्या. लहू मांग नुकताच घरी पोहचला होता. त्याला रोहितची आरोळी ऐकू आली होती. तो आवाजाच्या दिशेने धावत निघाला होता. लहू मांग कावळेच्या वाड्याजवळ आला. रोहितनं पुन्हा आरोळी ठोकली. त्याच्या आवाजात आक्रोश होता. त्याच्या आवाजाने वाड्याच्या भिंती उदास झाल्या होत्या. लहू मांग रोहितजवळ आला. रोहितच्या खांद्यावर हात ठेवला. रोहितचे डोळे पाणावले होते.

लहू मांगानं रोहितला त्याच्या घरी नेऊन सोडलं होतं. रोहित रात्रभर जागला होता.

सोनाली मात्र शांत झोपली होती. तिच्या स्वप्नात रोहित आला होता.

❖❖❖

विधानसभेच्या निवडणुका जाहीर झाल्या होत्या. राखीव मतदारसंघातून प्रा. राहूल बनसोडे आणि माजी मंत्री रोहिदास नागदिवे ह्यांनी आपले उमेदवारी अर्ज भरले होते. उमेदवारी अर्ज सादर करण्यासाठी आणखी दोन दिवसांचा अवधी होता. माणिकचंद आणि गोपीचंदकडून आर्थिक मदत मिळावी म्हणून रोहिदास आणि प्रा. बनसोडे ह्या दोघांनीही फोन केला होता. गौतम गांगुर्डेनं नोकरीचा राजीनामा देऊन उमेदवारी अर्ज भरला होता. त्यानं वेडं साहस केलं होतं. त्याला त्याच्या हितचिंतकांनी टोकलं होतं. पण गांगुर्डे ऐकण्याच्या मन:स्थितीत नव्हता. त्याने जमवलेली माया त्याला स्वस्थ बसू देत नव्हती. त्याला दोन नंबर धंदेवाल्यानं चिथावले होतं. मटकेवाले, दारुवाले, तडीपार गुन्हेगार ह्यांनी गांगुर्डेला गळ घातली होती. गांगुर्डेही त्यांना फशी पडला होता. मोठ्या मिरवणुकीने त्याने आपला उमेदवारी अर्ज भरला होता.

उमेदवारी अर्ज भरण्याच्या अखेरच्या दिवशी माणिकचंद आणि गोपीचंदनं सदानंद कांबळेचा उमेदवारी अर्ज भरला होता. निवडणूक कार्यालयात ते तिघेच गेले होते. खरी लढत रोहिदास आणि प्रा. बनसोडे ह्यांच्यातच होणार होती. गांगुर्डे काही मते खाणार होता. बाकी सर्वांच्या अनामत रकमा जप्त होतील अशी चर्चा होती.

सर्वप्रथम गांगुर्डेच्या प्रचाराच्या भिंती रंगल्या. त्याची पदयात्रा सुरू झाली.

घरोघरी जाऊन मतदारांच्या भेटी घेण्यावर त्याच्या प्रचाराचा भर होता. 'एका शासकीय कर्मचाऱ्याकडे एवढा पैसा कोठून आला. त्याच्या संपत्तीची चौकशी करा' अशी जोरदार मागणी करत प्रा. राहूल बनसोडेंनी आपल्या प्रचाराचा नारळ फोडला होता. रोहिदासची सत्ताधारी पक्षाबरोबर युती होती. त्याने आपले निवडणूक प्रचार कार्यालय थाटले होते. पंडित कानडे, चंद्रकांत अंभोरे आणि भिमा भोळे हे रोहिदासच्या निवडणुकीची प्रचार यंत्रणा राबवत होते. मिलिंद कांबळे नोकरी सांभाळून रोहिदासचा प्रचार करत होता. कसबे गुरुजी गौतम गांगुर्डेचा प्रचार करत होते. याकूब शेख, रमा बाबर आणि कबीर कांबळे हे प्रा. बनसोडे ह्यांच्या प्रचाराची जबाबदारी सांभाळत होते. माणिकचंद आणि गोपीचंदनी अपक्ष उमेदवार सदानंद कांबळे ह्याचा प्रचार सुरू केला होता.

माणिकचंद आणि गोपीचंद भूमिगत सक्रिय झाले होते. त्यांनी हिंदुत्ववादी संघटनांच्या कार्यकर्त्यांना हाताशी धरलं होतं. त्यांच्या बैठका घेतल्या होत्या. *'हिंदू धर्माला शिव्या देणाऱ्यांचा पराभव करा'* हा एकच मंत्र सर्वांना दिला होता. ही मात्रा चपखल लागू पडली होती. रात्रीतून वातावरण बदलले होतं. मधुकर कावळेनं सदानंद कांबळेचे कट आऊट उभे केले होते. वर्तमानपत्रातून जाहिराती दिल्या होत्या.

सदानंद कांबळेच्या निवडणूक प्रचारासाठी चित्रपट अभिनेत्याला पाचारण केलं होतं. त्यामुळे मतदारसंघाचे चित्रच पालटले होते. सदानंद कांबळे सभेत हात जोडून उभा राहायचा आणि अभिनेता सभा मारून न्यायाचा. प्रत्येक सभेसाठी अभिनेत्याला मानधन ठरविले होते. सदानंद कांबळेच्या प्रचाराचं पारडं जड होत होतं. रोहिदासच्या सभेत लोकांनी गोंधळ घातला होता, तर प्रा. बनसोडे ह्यांच्या गाडीवर तुफान दगडफेक केली होती. वातावरण तापलं होतं. निवडणूक प्रचार शिगेला पोहचला होता.

अचलपूरच्या जलशातील कलाकारांनी प्रा. बनसोडे ह्यांचा प्रचार सुरू केला होता. रोहित कांबळे, काशिनाथ पोळके, सिद्धार्थ पगारे ह्यांनी कलापथक तयार केलं होतं. निवडणूक प्रचारासाठी मुंबईला गेलेले मंगेश कांबळे, संदीप पोळके आणि धीरज पगारेही आले होते. जलशाची जुनी मोटार गावोगावी प्रचार करत फिरत होती. मोटारीला भाडं लागलं होतं. कलाकारांना काम मिळालं होतं. निवडणुकीच्या निमित्ताने बंद पडलेला जलसा पुन्हा सुरू झाला होता. भीमनगरमध्ये पुन्हा एकदा गाणं घुमू लागलं होतं.

❖❖❖

अचलपूरमध्ये पहिली प्रचार सभा रोहिदासची झाली. रोहिदासने आपल्या भाषणात भीमनगरच्या पुनर्वसनासाठी केलेल्या प्रयत्नांचे रसभरीत वर्णन केले होते. दुसरी प्रचार सभा प्रा. राहूल बनसोडे ह्यांची झाली होती.

सभा सुरू होण्यापूर्वी कलापथकाचा कार्यक्रम झाला. सभेला केवळ दलित मंडळीच उपस्थित होती. प्रा. बनसोडे ह्यांनी आपल्या भाषणात अचलपूरच्या रस्त्याला 'हुतात्मा तात्या कांबळे पथ' हे नाव त्यांनी कसे दिले ह्याचे विवेचन केले होते. 'तात्या कांबळेचे बलिदान वाया जाऊ देणार नाही,' असे आश्वासनही त्यांनी दिले होते.

तिसरी प्रचार सभा गौतम गांगुर्डेनी घेतली होती. त्याच्या सभेला केवळ दहा पंधराजणच उपस्थित होते. तेही कसबे गुरुजीच्या ओळखीमुळे आलेले होते. 'मी नोकरीला लाथ मारून समाजसेवा करण्यासाठी निवडणुकीच्या रिंगणात उतरलो आहे' अशी मल्लिनाथी त्यांनी केली होती. अचलपूरमध्ये सदानंद कांबळेची प्रचार सभा झाली नव्हती 'माझ्या गावात मला प्रचार करण्याची गरज नाही,' असे प्रतिपादन त्याने केले होते.

रात्री महादेवमंदिरात ग्रामस्थांनी शपथ घेतली होती. प्रत्येकांनी सदानंद कांबळेलाच मतदान करण्याचं ठरवलं होतं.

विष्णू पुजारी प्रत्येकाला शपथ देत होते.

गावोगावच्या मंदिरात असा शपथविधी पार पडला होता.

❖❖❖

'स्वच्छ प्रतिनिधी आणि सज्जन प्रतिनिधी' असे सदानंद कांबळेच्या निवडणूक प्रचाराचे घोष वाक्य होते.

निवडणूक प्रचार शिगेला पोहचला असताना गौतम गांगुर्डेनं निवडणुकीतून माघार घेतली होती. त्याने सदानंद कांबळेला आपला पाठिंबा दिला होता. त्यामुळे प्रचारात आणखी रंगात वाढली होती. गौतम गांगुर्डेनं सदानंद कांबळेच्या प्रचार सभेत जाहीर भाषण करुन रोहिदास आणि प्रा. बनसोडे ह्यांच्यावर खरपूस टीका केली होती. रात्री मात्र त्याला अटक झाली होती. दुसऱ्या दिवशी सर्व वर्तमानपत्रांचे पहिले पान त्याच्या बातमीने रंगले होते.

गौतम गांगुर्डेने सदानंद कांबळेला पाठिंबा देण्यासाठी पाच लाख रुपयांची

मागणी केली होती. माणिकचंदकडून पाच लाख रुपये घेताना अँटी करप्शनवाल्यांनी सापळा रचून त्याला रंगेहाथ पकडले होतं. माणिकचंदने आपला जुना हिशेब पूर्ण केला होता. सदानंद कांबळेचे प्रचार प्रमुख गोपीचंदने गौतम गांगुर्डेला अटक करतानाचा फोटो देऊन वर्तमानपत्रांच्या पहिल्या पानांवर जाहिरात प्रसिद्ध केली होती. 'भ्रष्ट लोकांची आता गय नाही' असा जाहिरातीचा मथळा होता. वर्तमानपत्रांना पहिल्या पानांवरील जाहिराती मिळाल्यामुळे त्यांनी गांगुर्डेच्या अटकेला मोठ्या प्रमाणात प्रसिद्धी दिली होती. ह्यामुळे मतदारसंघातील वातावरणच बदलले होते.

गौतम गांगुर्डेला अटक झाल्यामुळे दलित समाजात संतापाची लाट ऊसळली होती. 'जातीयवाद्यांनी गांगुर्डेला फसवून त्याचा बळी घेतला.' अशी चर्चा दलितांमध्ये सुरू झाली होती. 'गांगुर्डेनं तर त्यांच्या गळाला का लागावं ?' असाही सूर उमटत होता.

स्वातंत्र्योत्तर काळात शिक्षणाच्या प्रचार आणि प्रसाराबरोबरच अनेक सामाजिक स्तरांमध्ये जाग आली होती. प्रत्येक निवडणुकांनी मतदारांचं राजकीय प्रबोधन केलेलं होतं. निवडणुकीच्या राजकारणात एकगठ्ठा मतांमुळे जाती आणि जातीच्या नेत्यांना महत्त्व प्राप्त झालं होतं. प्रत्येक जातीमध्ये संघटनांचे पेव फुटले होते. कार्यकर्ते आणि नेत्यांची रीघ लागली होती. प्रत्येकाला आपल्या जातीच्या आधाराने सत्तेत वाटा मिळवायचा होता. त्यामुळे कार्यकर्त्यांच्या स्पर्धा अटीतटीच्या बनल्या होत्या. मुसलमान जसे भारतापासून फुटून निघाले होते, तसे महारही हिंदू धर्मापासून फुटून निघाले होते. फाळणीमुळे मुसलमान आणि धर्मान्तरामुळे महार हे हिंदूपासून कायमचे वेगळे झाले होते. हिंदू समाजही खडबडून जागा झाला होता. तो आक्रमक झाला होता आणि अंतर्मुखही. आक्रमक झालेले हिंदुत्ववादी बनत होते, तर अंतर्मुख झालेले धर्मनिरपेक्षतावादी. जे आक्रमकही झाले नाहीत आणि अंतर्मुखही झाले नाहीत अशांची संख्या प्रचंड होती. जी स्थितीशील होती. ही स्थितीशील लोकसंख्या निवडणुकीच्या लाटेवर आरुढ होत होती. ही स्थितीशिलता जसजशी अस्थिर होऊ लागली होती, तस तसे भारतीय राजकारण अस्थिर होत होते. भारताचा स्थितीशील चेहरा बदलू लागला होता. आणि त्याचा निवडणूक निकालांवर परिणाम होत होता.

समाजातील अनेक मागास स्तर सत्तेसाठी आसुसलेले होते. विकासाच्या असमतोलामुळे अविकसित प्रदेश सत्तेसाठी आसुसलेले होते. अनेक वर्षे विरोधाचं राजकारण करणारे विरोधी पक्षही सत्तेसाठी आसुसलेले होते. स्वातंत्र्योत्तर काळात प्रदीर्घ काळ एकाच वर्गाकडे सत्ता असल्यामुळे घराणेशाही, भ्रष्टाचार आणि गुन्हेगारी वाढली होती. सत्तेच्या साठमारीमुळे अनेक प्रश्न तीव्र झाले होते.

जागतिकीकरणामुळे लोकांची मानसिकता छंदीफंदी बनली होती. चंगळवादामुळे रुचिवैचित्र्याला महत्त्व आले होते. लोकप्रतिनिधी निवडताना रुचिपालट महत्त्वाचे ठरत होते. जगातल्या महासत्ता कोसळत होत्या. त्यामुळे छोट्या सत्तांना आत्मबळ मिळत होते. छोटे पक्ष प्रबळ झाले होते. मोठ्या पक्षात दुफळी वाढली होती. त्यामुळे राजकारणात अपक्ष आणि बंडखोरांचं वर्चस्व वाढलं होतं.

मी कावीळने आजारी पडलो होतो. गेले अनेक दिवस बेडरेस्ट घेत होतो. खूप एकाकी वाटत होतं. जन्म आपल्या हाती नसतो आणि मृत्यू आपल्याला ज्ञात नसतो. अशा आयुष्याचं ओझं वाढत जाणाऱ्या कर्जासारखं असतं. भेटायला कोणी येत नव्हतं. शेवटी घर आपलं असतं हेच खरं. मोठी मुलगी प्रज्ञा आणि छोटी मुलगी करुणा ह्यांचा खेळ पाहाणं हा एक विरंगुळा होता. लक्ष्मी सदैव घरकामात व्यस्त होती.

माणसाला एकटं जगता येत नाही. त्याला जगण्यासाठी इतर माणसांची गरज असते. घर, समाज ह्यांची निर्मिती ह्यातूनच होते. वयानुसार माणूस परिपक्व होतो की भित्रा, तडजोडवादी ? आजारपण माणसाला अंतर्मुख करतं. माणूस आजारपणात आयुष्याचे ऑडिट करतो. आत्यंतिक

नैराश्याच्या वेळी आणि भयाच्या क्षणी माझ्यातील जातीय भावना बळकट होतात. मला असंबध्द विचार करण्याची सवय लागली आहे. मला कुठल्याच गोष्टीवर एकाग्र होता येत नाही. माझं मन सतत भरकटत राहतं. कामवासनेच्या आठवणीत ते विशेष रमतं.

मी आवाज बदलून गौतम गांगुर्डेला फोन केला. 'मिलिंद कांबळे हार्ट अ‍ॅटकने मेला आहे. अंत्ययात्रेला येणार का ?' गौतम गांगुर्डेनं फोनवर आश्चर्य आणि हळहळ व्यक्त केली. 'मला शक्य होणार नाही' अतिशय उदास आवाजात त्यानं उत्तर दिलं. इतका जवळचा मित्र आपल्या अंत्ययात्रेला येण्याचं नाकारतोय हे ऐकून मी विषण्ण झालो होतो. मी खो खो हसलो. गांगुर्डेनं माझा आवाज ओळखला. 'का रे माझी चेष्टा करतो का ?' गौतम गांगुर्डेनं हसून खोचकपणे विचारलं होतं. 'तुझी आठवण आली म्हणून फोन केला' मी सारवासारव केली. 'मीही तुझा आवाज ओळखला होता' त्यानेही आपली बाजू सावरुन घेतली होती.

मी फोनवर बोलत असतानाच भीमा भोळे, पंडित कानडे, चंद्रंकांत अंभोरे आणि रमा बाबर भेटायला आले होते. रमा बाबरचं घरी येणं लक्ष्मीला आवडायचं नाही. आता लक्ष्मीवर चहा ठेवण्याचा ताण पडणार होता. जुने मित्र भेटायला आल्यामुळे मला आनंद झाला होता. रमा बाबरचा चेहरा निबर वाटत होता. तिचे केसही पांढरे झाले होते. हिला म्हातारपणात कोण आधार देईल ? लक्ष्मीनं चहा ठेवला होता.

'तू पिणं कमी कर.'

'कधी तरी घेतो.'

'आता तेही कमी कर.'

'आता पूर्वीसारखं घेत नाही.'

'तू त्या माणिकचंद आणि गोपीचंदची संगत सोड.'

'ते माझे मित्र आहेत.'

'हिंदुत्ववादी आहेत.'

'म्हणून काय झालं ?'

'तुझी प्रतिमा मलीन होतेय.'

'मला माझ्या प्रतिमेची काळजी नाही. मला आवडणाऱ्या माणसांबरोबर

मी मैत्री करेन'

'हिंदुत्ववाद्यांबरोबरही ?'

'भिन्न विचारसरणीचे मानून त्यांच्यापासून फटकून राहायाचं, त्यांना
जवळून समजून घेण्याची संधी दवडायाची याला मी तयार नाही.'

'काय समजून घेणार ? बाई ? बाटली ?'

'मी तुमचा कार्यकर्ता नाही. मी चळवळीची बांधिलकी मानणारा
एक सामान्य कार्यकर्ता आहे. मी तुमच्याबरोबर किंवा तुमच्या
शिवायही आंबेडकरवादी आहे. मी तुमच्या हुकूमाचा बांधिल नाही.
मला तुमच्या शिफारशीची गरज नाही. मला पटलं तर मी तुमचं
मत मान्य करेन. पण तुम्ही माझे नेते नाहीत. हे लक्षात घ्या. मी
संघवाल्याबरोबर दोस्ती करेन. कम्युनिस्टांबरोबर प्रेमाने वागेन,
समाजवाद्यांबरोबर गप्पा मारेन. मी वेश्येकडे जाईन. दारू पिईन.
मला योग्य वाटेल ते मी करेन. मी काय करावं हे सांगण्याचा
अधिकार तुम्हाला नाही. माझ्या कृतीचा, वर्तनाचा तुमच्या मताशी
काडीचाही संबंध नाही. तुम्ही चळवळीसाठी खूप त्याग केला
असेल. लोक तुमची थुंकी झेलत असतील पण मला हे शक्य
नाही. मी मुतायला जातानाही तुम्हाला विचारावे अशी तुमची
धारणा असेल पण मी माझं व्यक्तिस्वातंत्र्य कोणाकडेही गहाण
टाकणार नाही.'

'विश्रांती घे. जास्त बोलू नकोस. त्रास होईल.'

माझी होणारी घुसमट कळाल्यामुळे त्यांनी काढता पाय घेतला
होता. मी मात्र जाम चिडलो होतो.

विरोधी पक्षांनी सरकार स्थापनेसाठी दावा केला होता. त्यामुळे अपक्षांच्या पाठिंब्याला महत्त्व प्राप्त झाले होते. अकरा अपक्ष आमदारांचा पाठिंबा मिळाल्याशिवाय विरोधी पक्षाला सरकार स्थापन करणं शक्य नव्हतं. त्यामुळे अपक्ष आमदारांचा भाव वधारला होता. घोडे बाजाराला तेजी आली होती. जिल्ह्यात विरोधी पक्षाकडे एकही जागा नव्हती. आणि अपक्ष आमदार सदानंद कांबळे विरोधी पक्षाला पाठिंबा देणार असल्याने त्याच्या गळयात मंत्रिपदाची माळ पडणार हे निश्चित झाले होते.

सदानंद कांबळेचे रिमोट कंट्रोल माणिकचंद आणि गोपीचंदच्या हातात होते. त्यांनी सदानंद कांबळेच्या शपथविधीसाठी नवा सूट शिवायला टाकला होता. राजकारणात त्यांचं महत्त्व वाढलं होतं.

❖❖❖

सविता कांबळे दवाखान्यात असल्यामुळे घराला कुलूप होते. रोहितच्या

घराचे बंद दार पाहून सोनाली अस्वस्थ झाली होती. सगळा निसर्ग, डोंगरदऱ्या, आभाळ, गाव नजरेसमोर असताना तिची नजर मात्र रोहितच्या घराभोवती घुटमळत होती. रोहितच्या आठवणीनं ती ऊदास झाली होती.

हेमा पंडित हातात फाईल घेऊन ग्रामपंचायत कार्यालयाकडे जात होती. गावाच्या कामात तिनं स्वत:ला गुंतवून घेतलं होतं. सोनाली अवतीभवती पाहात होती. सदाशिव मोरे आणि सुरेखा माने स्वस्त धान्य दुकानाच्या माळवदावर दिसले. सदाशिव मोरेनं भर दुपारी सुरेखा मानेला मिठीत घेतलं होतं. सोनाली कासाविस झाली होती. सदाशिव मोरेनं सुरेखा मानेला धान्याच्या पिशव्या भरून दिल्या होत्या. ती धान्याच्या पिशव्यांचं ओझं घेऊन घराकडे निघाली होती.

सोनाली आपल्या तनमनाचं न पेलणारं ओझं घेऊन वाड्याच्या पायऱ्या उतरत होती.

❖❖❖

सदानंद कांबळेला मंत्रिपद मिळालं होतं. अचलपूरमध्ये दिवाळी साजरी झाली होती. गावात रोषणाई करण्यात आली होती. कमानी उभारल्या होती. सदानंद कांबळेचे कटआऊट लावले होते. फटाक्यांच्या माळा लावल्या होत्या. पेढे वाटले होते. गावात जल्लोष साजरा झाला होता.

महादेव मंदिरावरही रोषणाई केली होती. मंदिरात महाआरती झाली होती. 'आता गावाचा विकास होईल' हीच चर्चा सर्वांच्या तोंडी होती.

गावातील रस्ते झाडत द्रौपदी महादेवाच्या मंदिराजवळ पोहचली होती. विष्णू पुजारीची खूप दिवसांपासून तिच्यावर नजर होती. विष्णू पुजारीनं द्रौपदीला हाकारलं. 'जीऽ' म्हणत द्रौपदी मंदिराच्या पायरीजवळ येऊन उभी राहिली.

'तुला प्रसाद द्यायचाय. आत ये'

'मी आत कशी येऊ ? आमची जागा पायरीजवळ आहे नव्हं.'

'कोणी बघत नाही. ये आत'

'देवाला विटाळ होईल.'

'माणसाचा कोठे देवाला विटाळ होतो ? ये आत.'

'अहो मी मांगाची आहे.'

'ये म्हणलं की ये. तुला प्रसाद देतो.'

द्रौपदीने खराटा पायरीजवळ ठेवला. डोक्यावर पदर घेतला आणि भक्तिभावानं पायरीचं दर्शन घेऊन मंदिराच्या पायऱ्या चढू लागली. विष्णू पुजारी तिच्याकडे अधाशासारखा पाहात होता. द्रौपदी भीत भीत मंदिरात जात होती.

'किती भितेसऽ ये' म्हणून विष्णू पुजारी तिचे हात धरला होता आणि तिला मंदिरामागे नेत होता. द्रौपदी हात सोडवून घेण्याचा प्रयत्न करत होती. पण त्याने तिचा हात घट्ट पकडलेला होता.

'हात सोडाऽ.'

'हळू बोलऽ बाहेर कोणी तरी ऐकेल.'

'हात सोडाऽ.'

'नाही सोडणार.'

'मी ओरडेन.'

'मी लोकांना सांगेन. ही प्रसादाची चोरी करण्यासाठी मंदिरात आली होती. हिने मंदीर विटाळले म्हणून.'

'हात सोडा.'

'आरडाओरड करू नकोस.'

'हात सोड म्हणते ना. तुला आई बहीण नाही का ?'

द्रौपदी चवताळली होती. विष्णू पुजारी चिडला होता. त्यांच्या आवाजांचे प्रतिध्वनी मंदिरात घुमत होते. भूताळी आणि सुधाकर मंदिरात आले होते. विष्णू पुजारीचा चेहरा पडला होता. त्याने द्रौपदीचा हात सोडला होता.

'कायऽ नवरा बायकोचा खेळ खेळताय वाटतं ?' सुधाकर.

'गप्प रे वेडपट' विष्णू पुजारी.

'तू वेडपट. तुझा बाप वेडपट' सुधाकर.

द्रौपदी घाईनं निघून गेली होती. सुधाकर वाद घालत होता. विष्णू पुजारी चडफडत होता. भूताळी मंदिरातली घंटा वाजवत होता. महादेवापुढे समयी शांतपणे जळत होती.

❖❖❖

अचलपुरातले अनेकजण शपथ विधीला जाण्याची तयारी करत होते. भीमनगर मात्र शांत होते.

तात्या कांबळेच्या हत्येनंतर पसरलेल्या भीषण शांततेची पुन्हा एकदा प्रचिती आली होती.

प्रा. राहूल बनसोडे, याकूब शेख, रमा बाबर आणि भीमा भोळे 'हॉटेल दिल्ली दरबार'मध्ये बसले होते. त्यांच्यात निवडणूक निकालाविषयी जोरदार चर्चा चालू होती. रमा बाबर आणि भीमा भोळे ह्यांनी सदानंद कांबळेला भेटून सदिच्छा दिल्या होत्या. पंडित कानडे सदानंद कांबळेचा पी. ए. झाला होता. मिलिंद कांबळेला महात्मा फुले मागास वर्ग विकास महामंडळाच्या संचालक पदावर घेतलं होतं.

'सदानंद कांबळे चांगला रुळेल. माणूस खूर्चीत बसला की त्याला कळू लागते.' भीमा भोळे.

'कसलं डोंबल्याचं कौतुक करतोस ? तो साधा वॉचमन आहे. तो काय मंत्रालय चालवणार ? दलितांचे प्रतिनिधी म्हणून जर अशी माणसं निवडून सत्तेत चालली तर ह्यात केवळ दलितांचे नुकसान आहे असं नाही तर लोकशाहीचंही नुकसान आहे. दलितांचे प्रतिनिधी दलितांनीच निवडले पाहिजेत. त्याशिवाय त्यांना खरे प्रतिनिधीत्व मिळणार नाही. सवर्णांना दलितांचे भवितव्य ठरविण्याचा अधिकार देणे अन्यायाचे होईल. लोकांनी आपला उमेदवार निवडून देताना त्याचं वैचारिक आणि भावनिक चारित्र्य तपासलं पाहिजे' प्रा. बनसोडे.

'लोकशाहीत लोकमताला किंमत असते. लोकांनी जर सदानंद कांबळेला निवडून दिलं आहे तर आपण लोकमताचा आदर राखला पाहिजे' रमा बाबर.

'हे लोकमत नाही. हे मनूंचे मत आहे. त्यांची मते मिळवण्यासाठी त्यांच्या ताटाखालचं मांजर व्हावं लागेल' याकूब शेख.

'आपण त्यांना मते देत नाही, ते आपणाला मते देत नाहीत. आपण लोकांचं राजकीय प्रबोधन कुठं करतो ? चळवळ म्हणजे तत्कालीन प्रश्नावर मोर्चे काढणे, निदर्शने करणे, घेराओ घालणे, जास्तच झालं तर हरताळ करणे, दंगली करणे अशी आपली समजूत आहे. चळवळीने लोकांचे प्रबोधन केले पाहिजे. केवळ एखाद्या प्रश्नावर लोकांची गर्दी जमवून घोषणा देत रस्त्यावरील वाहतुकीची कोंडी करणे किंवा प्रशासनाची कोंडी करणे ह्यापलीकडे काय घडत आहे ?' भीमा भोळे

'आपण लोकांच्या प्रश्नांवर आयुष्य पणाला लावून काम करतो. त्यांच्यात राहून त्यांच्यासाठी लढतो. लोक मात्र निवडणुकीच्या लाटेवर स्वार होतात.

पैसे देईल त्याला मत देतात. मग आपण कोणासाठी काम करायचं ? लोकांची कामं करण्यापेक्षा धडदांडग्यांचे वॉचमन होणं परवडलं.' प्रा. बनसोडे.

'लोकांना दोष देता येणार नाही. आपण आपली भूमिका पटवून देण्यात कमी पडलो. पुन्हा नव्या जोमानं कामाला लागलं पाहिजे.' रमा बाबर.

'धर्मनिरपेक्षतावादी मते विभागली जात आहेत. परिवर्तनवादी आपला 'इगो' सोडायला तयार नाहीत.' भीमा भोळे.

निवडणूक निकालांची चर्चा होत होती. प्रा. राहूल बनतोडे अस्वस्थ आणि निराश झाले होते. त्यांच्यावर निवडणूक खर्चाचं ओझं वाढलं होतं. कर्ज डोईजड झालं होतं. वाहनांचे भाडे थकले होते. प्रिटींग प्रेसचे बिल द्यायचे राहिले होते. हॉटेलचे बिल बेसुमार वाढले होते. भिंती रंगवणारे पेंटर घरी चकरा मारत होते. देणेकऱ्यांचा तगादा सुरू झाला होता. टेलिफोन बिल न भरल्याने टेलिफोन डिसकनेक्ट झाला होता. कर्जाच्या ताणामुळे त्यांची मानसिकता विचित्र झाली होती.

'सदानंद कांबळेनं पंडित कानडेला पी. ए. बनवलं. मिलिंद कांबळेला संचालक केलं आहे. चंद्रकांत अंभोरेही जाईल', भीमा भोळे.

'आपला माणूस सत्तेत गेला आहे. त्याचा फायदा घेतला पाहिजे' रमा बाबर.

'ज्यांना जायाचं आहे त्यांनी जावं. माझ्यापुढे लढायांची निमंत्रणं आहेत. चळवळ जो सुरू करतो त्याला आपण कोठे आहोत ? उद्या कोठे असणार आहोत आणि दहा वर्षांनी कोठे असणार आहोत ह्याची जाणीव असते. त्याच्या मनात आराखडे तयार असतात. वाट्टेल त्या संकटाला सामोरे जाण्याची तयारी असते. सुरुवातीला त्याच्याभोवती जमा झालेले काहीजण अपेक्षा बाळगून आलेले असतात. त्यांच्या अपेक्षा पूर्ण झाल्या नाहीत किंवा भविष्यात येणाऱ्या संकटांना घाबरून ते मध्येच साथ सोडतात. निष्ठावान मात्र त्यांच्या सोबतच राहतात. येणाऱ्या जाणाऱ्यांमुळे चळवळ चालत नसते. कर्ता आणि निष्ठेने साथ देणारे ह्यांच्याच खांद्यावर चळवळ पुढे जात असते' प्रा. बनसोडे.

प्रा. राहूल बनसोडे ह्यांच्या बोलण्यावर निराशेची काजळी चढली होती. त्यांना चळवळीचं हत्यार बोथट झाल्याची जाणीव होत होती. 'प्रतिक्रांतीला सुरुवात झाली आहे. बेसुमार वाढणारी लोकसंख्या आणि बेकारी आटोक्यात आणली नाही तर उग्र हिंदूत्ववादाचं वातावरण देशात भयावह रक्तपात घडवून आणेल. देश पुन्हा एकदा फाळणीच्या उंबऱ्यावर उभा राहील. मानवी रक्ताचा चिखल होईल. जिकडे तिकडे निष्पाप माणसांची प्रेते दिसतील. मला तर भविष्यात राखरांगोळीच

दिसत आहे. गिधाडांची प्रचंड रांग आपल्या भवितव्याच्या पानांवर बसून वेदांचे पठण करत आहे. संहार होईल इथं संहार. त्रिशूलानं. गदेनं. बाणानं. तलवारीनं.' प्रा. राहूल बनसोडे हताश होऊन बोलत होते.

'तू एवढी काळजी करू नको. आमचे मुसलमान आहेत बॉंबस्फोट करायला', याकूब शेखचं बोलणं ऐकून रमा बाबर आणि भीमा भोळे दिलखुलास हसले होते. प्रा. राहूल बनसोडे ओशाळले होते. त्यांनी आपला आवाज सावरला होता, 'विविधता हाच राष्ट्राचा आत्मा आहे. अनेक धर्म, जाती, पंथ आणि भाषा ही आपली भारतीय संस्कृती आहे. ह्या विविधतेला नख लावण्याचा प्रयत्न झाला तर देशाची एकात्मता धोक्यात येईल.' प्रा. राहूल बनसोडे निर्वाणीच्या आवाजात बोलत होते.

❖❖❖

सविता कांबळेची कोर्टात साक्ष झाली होती. सविता कांबळेला साक्ष देताना रडू आवरता आलं नाही. आरोपीच्या वकिलानं प्रतिवाद करताना 'सविता कांबळेचे मानसिक संतुलन बिघडले आहे. तिच्यावर मानसोपचार तज्ज्ञांकडून उपचार चालू आहेत. ती वेडी आहे. त्यामुळे तिची साक्ष ग्राह्यच धरू नये', असा युक्तिवाद केला होता. आपल्या म्हणण्याच्या पुष्ट्यर्थ त्यांनी शासकीय रुग्णालयात सविता कांबळेवर झालेल्या उपचाराची कागदपत्रे सादर केली होती.

रोहित कांबळेची साक्ष मात्र प्रभावी ठरली होती. उलटतपासणी संपल्यानंतर मला आणखीन काही सांगायचंय म्हणत रोहित कांबळेनं आपलं जळजळीत मनोगत व्यक्त केलं होतं, 'सदानंद कांबळे माझे काका आहेत. त्यांनी सवर्णांची सहानुभूती आणि मते मिळवण्यासाठी आपली साक्ष उलटविली आहे. राजकीय स्वार्थासाठी त्यांनी सत्याकडे पाठ फिरवली आहे. ही वस्तुस्थिती आहे. माझी आई माझ्या वडिलांच्या निर्घृण खुनामुळे विचलित झाली आहे. तिने हिंस्त्र आणि भ्याड प्रवृत्तीचा धसका घेतला आहे. सदानंद कांबळे आणि सविता कांबळे ह्यांच्या साक्षींचे सत्यशोधन करताना ह्या परिस्थितीचाही विचार करावा अशी मी कोर्टाला विनंती करतो', रोहित कांबळे अत्यंत आत्मविश्वासाने बोलला होता.

❖❖❖

ना. सदानंद कांबळे ह्यांचा जिल्हा दौरा होता. ते अचलपूरला भेट देणार होते. सदानंद कांबळे मंत्री झाल्यामुळे अचलपूरला महत्त्व आलं होतं. हाय वे पासून अचलपूरपर्यंतच्या रस्याचं रुंदीकरण आणि डांबरीकरण करण्यात आलं होतं. अचलपूरला येणाऱ्या बसची संख्या वाढली होती. गावात पोलीस चौकी सुरू झाली होती. त्यामुळे गावकऱ्यांच्या मनात आनंदाची भावना पसरली होती.

गावात उत्साहाचे वातावरण होते. ना. सदानंद कांबळेमुळे गावाच्या विकासाचा मार्ग मोकळा झाला होता. गावातील पुढाऱ्यांची सकाळपासून धूमधाम चालू होती. प्राथमिक शाळेतील मुलं स्वागत गीत म्हणण्याची तयारी करत होते. गावातल्या स्त्रिया ठेवणीतल्या साड्या नेसल्या होत्या. ग्रामसेवक, तलाठी, प्राथमिक शाळेचे शिक्षक कार्यक्रम यशस्वी करण्यासाठी राबत होते.

माणिकचंद आणि गोपीचंदने आपल्या फार्म हाऊसकडे जाणारा रस्ता पक्का करून घेतला होता. ना. सदानंद कांबळेच्या हस्ते त्यांना फार्म हाऊसवर बोधीवृक्ष लावायचा होता.

अचलपूरसाठी पिण्याच्या पाण्याची टाकी मंजूर झाली होती. ना. कांबळेंच्या हस्ते त्याचे आज भूमिपूजन होणार होते. गावात कमानी उभारल्या होत्या. ग्रामपंचायत कार्यालयापुढं मंडप टाकण्यात आला होता. व्यासपीठावर छत्रपती शिवाजी महाराज, महात्मा गांधीजी आणि बाबासाहेब आंबेडकर ह्यांच्या प्रतिमा ठेवल्या होत्या. मंत्र्यांचा कार्यक्रम असल्याने गावात पोलिस जीप फिरत होती. पोलिस बंदोबस्त वाढवला होता. लोकांची धांदल उडाली होती.

कार्यक्रमाच्या मंडपात नरेंद्र पाटीलबरोबर सुरेखा माने जोरजोरात भांडत होती. 'हेमा पंडितसारखं मलाही ग्रामपंचायतीचे मेंबर करा. माझा नवरा जेलमध्ये आहे. तिलाच का भाव देता ? मी दिसत नाही का ?' सुरेखा मानेच्या भांडणामुळे गर्दी जमली होती. नरेंद्र पाटीलने तिला धुडकावून लावले होते. पोलिसांनी त्यांच्या भांडणात हस्तक्षेप केला होता.

भीमनगरमध्ये मात्र शांतता पसरली होती. लोक लागेल तिथं कामाला गेले होते. 'भीमशक्ती'च्या कार्यकर्त्यांनी ना. कांबळेंच्या कार्यक्रमांवर बहिष्कार टाकला होता. सविता कांबळे आजारी असल्यामुळे रोहित घरीच होता. कबीर कांबळे, सिद्धार्थ पगारे, काशिनाथ पोळके, धीरज पगारे, संदीप पोळके आणि मंगेश कांबळे शहरात निघून गेले होते.

दुपारी वाहनांचा ताफा आला. फटाक्यांची आतषबाजी झाली. सुवासिनींनी ना. कांबळेला ओवाळलं. ना. कांबळेबरोबर पंडित कानडे, मिलिंद कांबळे, माणिकचंद आणि गोपीचंद आले होते. ते मंत्र्यांबरोबर अग्रभागी मिरवत होते.

ना. कांबळे ह्यांच्या हस्ते पिण्याच्या पाण्याच्या टाकीचे भूमिपूजन झाले. त्यांच्याबरोबर फोटो काढण्यासाठी गावकऱ्यांनी गर्दी केली.

व्यासपीठावर ना. कांबळेबरोबर बसण्यासाठी दाटीवाटी होत होती. ना. कांबळेंना वेळ कमी असल्याने केवळ हेमा पंडित ह्यांचेच भाषण झाले. 'साहेब, तुमच्यामुळं गावाचा विकास होतो आहे. गावाला येणाऱ्या बसची संख्या वाढली आहे. पोलीसचौकी झाली आहे. रस्त्याचं डांबरीकरण झालं आहे. आता पिण्याच्या पाण्याचीही सोय झाली आहे. गावाला हायस्कूल नाही. आमच्या मुलांना शिक्षणासाठी दुसऱ्या गावाला जावे लागते. मुली बाहेरगावी जाऊ शकत नाहीत. आपण आपल्या गावी हायस्कूल काढण्यासाठी प्रयत्न करावेत. सगळ्या गावाची ही मागणी आहे.' हेमा पंडितच्या मागणीला पाठिंबा दर्शवण्यासाठी ग्रामस्थांनी टाळ्यांचा कडकडाट केला होता. हेमा पंडित बोलताना घाबरली होती.

कार्यक्रम संपल्यानंतर वाहनांचा ताफा फार्महाऊसवर निघाला. रामभाऊ कावळे वाड्यापुढं मोठा पुष्पहार घेऊन उभा होता. श्रीपतराव, मधुकर, सुधाकर, सोनाली, काशीबाई, पार्वतीबाई, कावळेचे नोकर-चाकर रस्त्यावर उभे होते. वाहने न थांबता भरधाव वेगाने निघून गेली होती. धूरळा उडाला होता. रामभाऊ कावळे आणि त्याचा परिवार ह्या धुळीत दिसेनासा झाला होता.

अचलपूरमधून वाहनांचा ताफा बाहेर पडण्यापूर्वी लाल दिव्याची गाडी भीमनगरकडे वळाली. पुढे गेलेली वाहनं परत आली. पोलिसांची धावपळ झाली. ना. कांबळे गाडीतून उतरले आणि ते तात्या कांबळेच्या घरी गेले. सविता कांबळेच्या पाया पडले. तिचा आशीर्वाद घेतला. वाहनांचा ताफा पाहून भीमनगरमधल्या लहान मुलांना आनंद झाला होता.

सविता कांबळे भारावून गेली होती. तिचा आवाज जड झाला होता. तिच्या डोळ्यात पाणी आलं होतं. 'सदानंद, आता तुम्ही मंत्री झालात. रोहितवर नजर असू द्या. त्याच्यामागे कोणी नाही' सदानंद कांबळेही गदगदून गेला होता. त्याने रोहितच्या खांद्यावर हात ठेवला. रोहितचा चेहरा निर्विकार होता.

गावातून वाहनं बाहेर पडत होती. नरेंद्र पाटील, बाजीराव चव्हाण, सदाशिव मोरे, हेमा पंडित, विष्णू पुजारी आणि गोडबोले गुरुजी रस्त्यात उभे होते. त्यांना हायस्कूलसाठी प्रस्ताव द्यायचा होता. वाहनं न थांबता निघून गेली. 'सदानंद आता मंत्री आहे. तो कसा थांबेल ? त्याच्यासाठी वेळ महत्त्वाचा आहे.' हिरमुसल्या चेहऱ्याने चर्चा करत सर्वजण माघारी परतले होते.

❖❖❖

मंदिरात आरतीसाठी गर्दी झाली होती. विष्णू पुजाऱ्याने शंख फुंकला. महादेव कोळी घंटा वाजवू लागला. दामोदर पोतदारने उदाचा धूप केला. शिवलिंगावर दूध-तूपाचा अभिषेक होऊ लागला. महादेवाचा गाभारा भक्तिभावानं फुलला होता. लोक शिवापुढे नतमस्तक झाले होते. विष्णू पुजारी मात्र अस्वस्थ होता. त्याला त्याच्या हातावरील व्रण डिवचत होते. त्याचा अहंकार उग्र होत होता. आणि आरतीला सामूहिक स्वरांची लय प्राप्त होत होती.

द्रौपदीनं आपली सुटका करून घेताना सर्वशक्ती एकवटून विष्णू पुजारीच्या हाताला ओरबाडलं होतं. विष्णू पुजारीच्या हातावर ओरखडे उठले होते. रक्त आलं होतं. त्याला द्रौपदीबरोबर झालेली झटापट आठवत होती. ती हातातून मासळीसारखी निसटली होती. कच्च्या कैरीसारखं टणक असलेल्या तिच्या शरीराचा स्पर्श उदासारखा त्याच्या शरीरातून दरवळत होता. विष्णू पुजारीला आरती कधी संपली हे कळले देखील नव्हते.

विष्णू पुजारी मनातून दुःखावला होता. शाळेत शिकणाऱ्या गणवेशातल्या विद्यार्थीनीपासून ते मंदिरात भजन म्हणायला येणाऱ्या वृद्धेपर्यन्त कोणीच विष्णू पुजारीला नकार दिला नव्हता. देवपुरुष म्हणून विष्णू पुजारीचा लौकिक होता. पण मांगाच्या द्रौपदीनं त्याचा हात झिडकारला होता. त्याच्या अंगावर चढलेली देवत्वाची पुटं खिळखिळी झाली होती.

'द्रौपदीनं ह्या प्रसंगाची कोणाकडे वाच्यता केली तर आपल्या देवत्वावर शिंतोडे उडतील. तिचं तोंड कसं बंद करायचं ?' ह्या चिंतेनं विष्णू पुजारी गळाटला होता. त्याला काही सुचत नव्हते.

द्रौपदी दिसली की विष्णू पुजारी विचलित व्हायचा. तिला कोणाशी बोलताना पाहिलं की तो घाबरून जायचा. त्याला शिवाच्या चेहऱ्यातही द्रौपदी दिसू लागली होती. तिचा बंदोबस्त कसा करायचा ह्या विचाराने तो त्रस्त झाला होता. तो सूडाने कासाविस होत होता. त्याला काहीच सुचत नव्हते.

विष्णू पुजाऱ्याला राक्षसी आनंद झाला. तो फुत्कारू लागला. त्याचे डोळे चमकत होते. तो खूष झाला होता. त्याला कल्पना सुचली होती. त्याने अडगळीत पडलेले धारदार खिळ्याचे खडाव बाहेर काढले होते. ह्या खिळ्यांच्या पादुकांवर उभं राहण्याचा त्याने निश्चय केला. अंगाला भस्म लावले. अंगाभोवती व्याघ्रचर्म गुंडाळले. हातात त्रिशूल घेतले आणि मंदिराबाहेरच्या पटांगणात खिळ्याच्या खडावांवर तो उभा राहिला. ही बातमी गावभर झाली. सगळा गाव त्याच्या दर्शनासाठी लोटला. माणसांची गर्दी ऊसळली. जत्राच भरली होती. सर्वांच्या तोंडी विष्णू पुजाऱ्याची चर्चा होती. मांगवाड्यातून माणसं आली. दूर उभं राहून त्यांनी दर्शन

घेतलं पण द्रौपदी आली नव्हती.

विष्णू पुजारी दुखावला होता.

गावभर मात्र विष्णू पुजारीची चर्चा जोरात सुरू होती.

त्याचा महिमा वाढला होता.

❖❖❖

खिश्चन मिशनऱ्यांनी भीमनगरमध्ये सुरू केलेला दवाखाना चांगला चालला होता. उपचारासाठी आजूबाजूच्या खेड्यांतूनही लोक येत होते. गावाचं सगळं लक्ष ह्या दवाखान्याकडेच होते. भीमगरमध्ये चर्चा आणि बैठका होत होत्या.

गावकऱ्यांच्या मनात धडकी भरली होती. 'दलितांनी खिश्चन धर्म स्वीकारला तर अमेरिका त्यांच्या बाजूने उभी राहील. मुसलमान झाले तर पाकिस्तान त्यांची बाजू घेईल. मग आपणच त्यांची बाजू का घेऊ नये ?' अशी भूमिका गोडबोले गुरुजी मांडत होते. सदानंद कांबळे मंत्री झाल्यामुळे गावकऱ्याच्या दृष्टिकोनातही बदल झाला होता.

गावात ग्रामसभा झाली. ग्रामसभेत 'शांतता समिती' गठित करण्यात आली. गोडबोले गुरुजींच्या अध्यक्षतेखाली ह्या समितीत नरेंद्र पाटील, बाजीराव चव्हाण, सदाशिव मोरे, विष्णू पुजारी आणि लहू मांग ह्यांचा समावेश केला होता. दलितांबरोबर विचारविनिमय करून त्यांना धर्मान्तरापासून परावृत्त करणे, गावात पूर्वीसारखेच सौहार्दाचे वातावरण निर्माण करणे, तात्या कांबळे खून खटल्याचा न्यायालय जो निर्णय देईल तो मान्य करून पुढे अपिल न करणे अशा बाबींवर चर्चा करून दलितांचे मन वळविण्याची जबाबदारी ह्या समितीवर सोपवण्यात आली होती. गावकऱ्यांनी एकत्र येऊन गावात 'जगन्नाथ पंडित प्रशाला' सुरू करावी, प्रशालेच्या मुख्याध्यापिका म्हणून हेमा पंडितकडे कार्यभार सोपवावा असाही विचार मांडला जात होता. सदानंद कांबळेनं मनावर घेतल्यास गावात हायस्कूल निघेल. त्यासाठी प्रयत्न करण्याची गरज आहे. गावानं काहीच प्रयत्न केला नाही तर दलित प्रयत्न करतील. त्यांना खिश्चन मिशनरी पैसा येईल. सदानंद कांबळे दलित असल्यामुळे तो जातीचा विचार करू शकतो. असे झाले तर गावात तात्या कांबळेच्या नावाने हायस्कूल निघेल. गावकऱ्यांनी आत्ताच कामाला लागले पाहिजे अशी भूमिका वेळोवेळी गोडबोले गुरुजी मांडत होते.

'शांतता समिती' भीमनगरमध्ये आली होती. समाज मंदिरात सर्वजण जमा झाले होते. चर्चेला सुरुवात झाली होती.

'झालं गेलं विसरून आपण गुण्या गोविंदाने वागू या' नरेंद्र पाटील.

'म्हणजे काय करायचं ?' काशिनाथ पोळके.

'तुम्ही धर्मान्तराची घोषणा केली आहे. त्यामुळं गावाचं वातावरण बिघडलं आहे' बाजीराव चव्हाण.

'तुम्ही तात्या कांबळेचा खून केला म्हणून गावाचे वातावरण बिघडलं आहे' कबीर कांबळे.

'न्यायालय जो निर्णय देईल तो सर्वांना बंधनकारक राहील. आपण न्यायालयाच्या निर्णयाचा मान राखू या' सदाशिव मोरे.

'आमच्याविरुद्ध निर्णय लागला तर आम्ही अपील करणार आहोत' सिद्धार्थ पगारे.

'हे प्रकरण वाढवू नका. गावातला तणाव वाढवू नका' गोडबोले गुरुजी.

'गावात शांतता राहिली पाहिजे. न्यायालयाने शिक्षा सुनावली तर आम्ही अपिल करणार नाही. आमचे लोक शिक्षा भोगतील. न्यायालयाने निर्दोष सोडले तर तुम्ही अपिल करू नका. आपण निर्दोष सुटलेल्यांची मिरवणूक काढू. आनंद साजरा करू. मिरवणुकीत तुम्ही नाच करा. आम्ही बिदागी देऊ. पूर्वीसारखे सलोख्याचे वातावरण कायम ठेवू या.' नरेंद्र पाटील.

'आंबेडकर जयंतीच्या मिरवणुकीत तुम्ही नाचणार असाल तर आम्हीही तुमच्या कार्यक्रमात नाचू' सिद्धार्थ पगारे.

'दलितांनी गावकऱ्यांच्या कार्यक्रमात नाचण्याची प्रथा आहे. गावकऱ्यांनी दलितांच्या कार्यक्रमात नाचण्याची परंपरा नाही' लहू मांग.

'ज्या प्रथा, परंपरा समतेवर आधारित आहेत, त्याचेच आम्ही पालन करू' काशिनाथ पोळके.

'तुम्ही तात्या कांबळेचीच भूमिका मांडत आहात. अशी भूमिका काय कामाची ?' बाजीराव चव्हाण.

'तुम्ही हिंदू धर्मातच राहिले पाहिजे' सदाशिव मोरे.

'आम्ही कोणत्या धर्मात राहायचे ते आम्ही ठरवणार. आमच्यावर कोणी सक्ती करू शकत नाही. आपल्या घटनेनेच प्रत्येक व्यक्तीला धार्मिक स्वातंत्र्याचा मूलभूत हक्क दिलेला आहे. आम्हाला वेगळं आणि अस्पृश्य का ठरवलं ह्याचं उत्तर आहे तुमच्याकडे ?' कबीर कांबळे.

'तुमच्याबरोबरीने राहण्यासाठी तुमच्या वसतीत घरे देणार आहात ?

आमच्याबरोबर रोटी-बेटीचे व्यवहार करणार आहात ?' संदीप पोळके.

'अरे पाहुण्यांना पाणी तरी पाजा' गोडबोले गुरुजी.

'दलितांच्या घरातलं पाणी पिण्याचं ढोंग करत आहात' धीरज पगारे.

'ढोंग म्हणून का होईना आम्ही तुमचं पाणी पितोय ?' सदाशिव मोरे.

'ढोंग म्हणून नाही. ही अगतिकता आहे. आम्ही तुमच्यापासून फुटून निघण्याची तुम्हाला भीती वाटते आहे' काशिनाथ पोळके.

'चला गुरुजी, ही जात वठणीवर येणार नाही. शेवटचे सांगून ठेवतो ह्या गावात राहायाचे असेल तर गोडीगुलाबीने रहा. धर्मान्तराने तुमचे प्रश्न सुटणार नाहीत. उलट वाढतील' नरेंद्र पाटील.

'आम्हाला तुमच्या उपदेशाची गरज नाही' मंगेश कांबळे.

नरेंद्र पाटील, बाजीराव चव्हाण, सदाशिव मोरे आणि लहू मांग बैठकीतून उठले होते. गोडबोले गुरुजी त्यांना बसण्याचा आग्रह करत होते. 'तुम्हाला बसायचं असेल तर तुम्ही बसा. आम्ही चाललो.' नरेंद्र पाटील त्राग्याने बोलत होते. गोडबोले गुरुजीही उठले होते.

'गावाबरोबर भांडण करू नका. ह्या गावात आपल्याला राहायचंय.' अंबादास वडिलकीच्या आवाजात बोलत होता. 'आमची काही तक्रार नाही. आम्ही गाव सांगेल तसे वागू. मेलेले जनावरं ओढू. मुसरं खाऊ. गावाची थुंकी झेलू. गावानं आमच्यावर अन्याय केला तरी आमची तक्रार नाही. आम्हाला ह्या गावात राहायचंय. ह्या शिकलेल्या लोकांचं डोकं फिरलंय.' नामदेव आवेशानं बोलत होता.

'हजार वर्षांपासून हिंदू धर्मानं आपल्याला वेगळं आणि अस्पृश्य ठेवलं आहे. आज आपण स्वतःहून वेगळं होण्याचा निर्णय घेतला आहे', काशिनाथ पोळके समजूतदारपणे बैठकीचा समारोप करत होता.

भीमनगरमधील शाळंकरी मुलं एका पाठोपाठ एक गोडबोले गुरुजींना 'नमस्तेऽ' करत होती. गोडबोले गुरुजी त्यांच्याकडे ढुंकूनही पाहत नव्हते. सर्वजणांचे चेहरे पडले होते.

मंगेश कांबळे आणि सुरेखा माने रस्त्यावर उभं राहून बोलत होते. सुरेखा माने मुंबईत राहून आलेल्या मंगेश कांबळेकडे आकर्षित झाली होती.

धीरज पगारे, संदीप पोळके आणि मंगेश कांबळे ह्यांच्या वागण्या बोलण्यात कमालीचा फरक पडला होता. मुंबईत राहून आल्यामुळे त्यांच्या स्वभावात बेदरकारपणा आला होता. त्यांचे राहणीमान चारचौघांपेक्षा वेगळे होते. त्यांच्या दिसण्यात शहरी रुबाब व्यक्त होत होता. तारुण्यानं मुसमुसलेला मंगेश काबळे रुबाबदार वाटत होता. सुरेखा मानेला मुंबईबद्दल आकर्षण वाटत होतं. कमवण्यासाठी मुंबईला गेलं पाहिजे असं तिला वाटत होतं. म्हणून ती मुंबईबद्दल मंगेश कांबळेकडून जाणून घेत होती. मंगेश कांबळेही दिलखुलास गप्पा मारत उभा होता.

सदाशिव मोरेला हे दृश्य आवडलं नाही. सुरेखा माने खूप वेळ मंगेश कांबळेबरोबर बोलत उभी असल्याचे पाहून सदाशिव मोरे चिडला होता. त्यानं ताबडतोब नरेंद्र पाटलाला गाठलं होतं. 'रस्त्यात प्रेमप्रकरण चाललंय' म्हणून नरेंद्र पाटलाचं कान फुंकलं होतं. नरेंद्र पाटील तत्काळ घटनास्थळी पोहचले होते. मंगेश कांबळे आणि सुरेखा माने हसून बोलत आहेत हे पाहून ते डिवचले होते. नरेंद्र पाटील जवळ आले तरी मंगेश कांबळे आणि सुरेखा मानेच्या वागण्यात फरक पडला नव्हता. ते बोलण्यात गुंतले होते. सुरेखा माने 'सिनेमा दाखव ना' म्हणून लाडात आली होती. नरेंद्र पाटील तिच्यावर खवळले होते.

'काय लाजलज्जा आहे की नाही ? का डोक्याला गुंडाळलीस ? तासभर झालं रस्त्यात उभं राहून बोलतेस ? नवरा जेलमध्ये गेला म्हणून मोकळी पडलीस का ?' नरेंद्र पाटील

'अरे तुझ्या पोरीला राख जा. सतरा पोरं घेऊन फिरतेय. माझ्यावर नजर ठेवतोय.' सुरेखा माने

'हे वागणं बरं नाही.' नरेंद्र पाटील

'तू काय देऊन घेऊन चालवतो ? तुझा काय संबंध ?' सुरेखा माने

'काय रे तुला ही मुंबई वाटते का ? रस्त्यात बायका अडवून बोलत उभा राहतोस ?' नरेंद्र पाटील

मंगेश कांबळेनं तोंडानं उत्तर न देता सरळ त्याच्या थोबाडात ठोसा लगावला होता. नरेंद्र पाटील तोल जाऊन जमिनीवर कोसळला होता. त्याच्या हातातली काठी दूर पडली होती. सदाशिव मोरेनं काठी उचलली. नरेंद्र पाटील कसाबसा उठून उभा राहिला. त्याचे ओठ फुटले होते. गाल सुजला होता. दात हलू लागले होते. त्याच्या तोंडातून रक्त आले होतं. 'आता मुकाट्यानं जातोस की आणखी धुवू ? सांगऽ' मंगेश कांबळेच्या आक्रमक पावित्र्याने नरेंद्र पाटील घाबरला होता. आणि मुकाट्याने घराचा रस्ता धरला होता. सदाशिव मोरेनं भांडण लावून दिलं होतं. मंगेश कांबळेला विरोध करण्याची ताकद सदाशिव मोरेमध्ये नव्हती. त्याने केवळ बघ्याची भूमिका

घेतली होती. सुरेखा माने मात्र मंगेश कांबळेवर मनापासून खूष झाली होती.

नरेंद्र पाटील मार खाऊन घरी आला होता. त्याला मारहाण झाल्याची बातमी गावभर झाली होती. गावातील लोक विचारपूस करण्यासाठी नरेंद्र पाटलाच्या घरी गर्दी करत होते. नरेंद्र पाटील हिरमुसला होता. 'ती वेश्या आहे. कोणाबरोबरही बोलणं तिचा धंदा आहे. तुम्हाला काय पडलं होतं ? जेवण करायचं सोडून बाहेर गेले. सदाशिव मोरेनं ह्यांना भडकावलं. आणि स्वत: मात्र दूर उभा राहिला बघत.' नरेंद्र पाटलाची बायको संतापली होती.

'मंगेश कांबळेवर पोलीस केस केली पाहिजे' बाजीराव चव्हाण.

'महारानं मारलं म्हणून केस कशी करायची ?' नरेंद्र पाटील.

'त्यांना माज आलाय' विष्णू पुजारी.

नरेंद्र पाटलाच्या प्रकृतीची चौकशी करण्यासाठी शेजारी पाजारी जमले होते. तोच मराठे हवालदार नरेंद्र पाटलाच्या दारात येऊन दाखल झाले होते. दारात पोलीस आल्यामुळे सर्वांचे चेहरे पडले होते. शेजारीपाजारी कावरेबावरे झाले होते. नरेंद्र पाटील गोंधळला होता. त्याच्या डोळ्यात पाणी आलं होतं.

'सुरेखा मानेनं तुमच्याविरुद्ध विनयभंगाची केस केली आहे. चौकीवर चला' मराठे हवालदार.

नरेंद्र पाटलाची बायको रडू लागली. शेजारीपाजारी हळूहळू पांगले. बाजीराव चव्हाण आणि विष्णू पुजारी मराठे हवालदाराची मनधरणी करत होते.

'सुरेखा माने महाराच्या मंगेश कांबळेबरोबर रस्त्यात बोलत उभी होती. म्हणून मी त्यांना हटकलं' नरेंद्र पाटील.

'त्यांच्या बोलण्यावर तुम्ही बंदी कशी काय आणू शकता ?' मराठे हवालदार.

'ह्या गोष्टीचा गावातल्या लोकांवर वाईट परिणाम होऊ शकतो' नरेंद्र पाटील.

'कोणा कोणावर परिणाम झाला ? काय परिणाम झाला ?' मराठे हवालदार.

'शहरात ठीक आहे. खेड्यात असले थेर चालणार नाहीत.' नरेंद्र पाटील.

'थेर तुम्ही केलेत. तिच्या अंगचटीला गेलात. तिच्याकडे शरीरसुखाची मागणी केलीत ?' मराठे हवालदार

'ती वेश्या आहे. पैसे दिले की झोपेल. तिच्यावर जबरदस्ती करण्याची काय गरज ? तिची बाजू घेऊन मंगेश कांबळेनं मारहाण केली. हे पाहा माझे तोंड सुजले आहे' नरेंद्र पाटील.

'मंगेश कांबळेनं सुरेखा मानेची सुटका केली. तो होता म्हणून पुढला अतिप्रसंग टळला.' मराठे हवालदार.

'सदाशिव मोरे माझ्याबरोबर होते. विचारा ह्यांना' नरेंद्र पाटील.

'मी कुठे होतो ? मला काही माहिती नाही' सदाशिव मोरे.

नरेंद्र पाटलाच्या डोळ्यापुढे अंधारी आली होती. पायाखालची जमीन सरकत असल्याचा भास होत होता. मराठे हवालदार हातातल्या दंडुक्याशी खेळत होते. आजूबाजूच्या घरातील लोक नरेंद्र पाटलाच्या घराकडे नजर लावून बसले होते.

मराठे हवालदारने नरेंद्र पाटीलला पुढे घालून नेलं होतं. बाजीराव चव्हाणने माणिकचंदला फोन करून नरेंद्र पाटीलला पोलिसांनी अटक केल्याची माहिती दिली होती. 'सुरेखा मानेनं नरेंद्र पाटीलवर खोटी केस केली आहे. तुम्ही पोलिसांना फोन करून सांगा' म्हणून बजावलं होतं. माणिकचंदनंही तितक्याच आदबीनं फोनवर होकार दिला होता.

माणिकचंदनं तत्काळ सदानंद कांबळेला मोबाईलवर बोललं होतं. 'नरेंद्र पाटीलला पोलिसांनी अटक केली आहे. बाजीराव चव्हाणचा आत्ताच फोन आला होता. मी मराठे हवालदाराला फोन करून सांगतो. त्याला पोलीस कस्टडी होईल. उद्या सर्व वर्तमानपत्रात बातमी येईल. परवाला मी येतो. बातम्यांची कात्रणं घेऊन' माणिकचंदला राक्षसी आनंद झाला होता. खूप दिवसांतून त्याच्या बुद्धीला चालना मिळाली होती.

माणिकचंदचा पोलीस चौकीत फोन आला नाही म्हणून नरेंद्र पाटील चिडला होता. त्याने पुन:पुन्हा माणिकचंदला रिंग केली होती पण माणिकचंदने त्याचा फोन घेतला नव्हता. बाजीराव चव्हाण चिडला होता. त्यानं मंत्रालयात फोन लावला होता. पंडित कानडेनं फोन उचलला होता.

'मी बाजीराव चव्हाण बोलतो.'

'कोण बाजीराव चव्हाण ?'

'अचलपूर ग्रामपंचायतीचा सदस्य. साहेबांचा मित्र आहे. साहेबांना फोन द्या.'

'साहेब मिटिंगमध्ये आहेत.'

'नरेंद्र पाटीलला अटक झाल्याचं सांगायचं होतं.'

'कोण नरेंद्र पाटील ?'

'अचलपूर ग्रामपंचायतीचे उपसरपंच.'

'का केस झाली ?'

'त्यांच्यावर विनयभंगाची खोटी केस झाली आहे.'

'अशा प्रकरणात साहेबांना फोन करू नका. साहेब काही करणार नाहीत.'

बाजीराव चव्हाणांच्या तोंडचे पाणी पळाले होते. सदाशिव मोरे आपलं दुकान बंद करून बायको मुलांसह बहिणीच्या गावी निघून गेला होता. 'आम्ही निवडून दिलं म्हणून मंत्री झाला. आता आम्हालाच बोलत नाही.' बाजीराव चव्हाण

चरफडत होता. पोलीस ठाण्यात त्याचे काहीच चालत नव्हते.

❖❖❖

दुसऱ्या दिवशी वर्तमानपत्रात ठळक बातमी आली होती. 'भर रस्त्यावर विनयभंग करणाऱ्या उपसरपंचास अटक.'

❖❖❖

शिवशक्तीचे अनेक कार्यकर्ते भीमनगरमध्ये घुसले होते. त्यांच्या हातात त्रिशूल होते. ते 'हर हर महादेवऽ' अशा घोषणा देत होते. दलितांना तात्या कांबळेच्या खुनाची काळरात्र आठवली होती. अंबादास आणि नामदेव आपल्या बायको मुलांसह रानात पळून गेले होते.

कबीर कांबळे, रोहित कांबळे, सिद्धार्थ पगारे आणि काशिनाथ पोळके ह्यांच्या घरापुढे जाऊन, त्रिशूल उंचावून जमाव 'हर हर महादेवऽ'च्या घोषणा देत होता. शेवटी भीमनगरमधील धर्मार्थ दवाखान्यातही शिवशक्तीच्या कार्यकर्त्यांनी धुडगूस घातला होता. तिथली नर्स पळून गेली होती. जमाव घोषणा देत गावात निघून गेला होता. लष्करानं संचलन करावं तसा हा कार्यक्रम होता.

मंगेश कांबळेनं नरेंद्र पाटीलला मारल्यामुळे गावात तणाव पसरला होता. गावातल्या तरुणांची माथी भडकली होती.

कबीर कांबळे आणि मंगेश कांबळे रात्री उशीरापर्यंत बोलत बसले होते. मंगेश कांबळे, धीरज पगारे आणि संदीप पोळके उद्या मुंबईला निघणार होते. गावात त्यांच्या जीवाला धोका निर्माण झाला होता. कबीर कांबळेला जमावानं घातलेला धुडगूस आठवत होत. त्यांच्या आक्रमक घोषणा आठवत होत्या.

मंगेश कांबळेनं आपल्याजवळ लपवलेलं पिस्तूल बाहेर काढलं आणि कबीर कांबळेच्या स्वाधीन केलं. कबीर कांबळेच्या हातांना कंप सुटला होता. कबीर कांबळे पिस्तुलाकडे बघतच राहिला.

'दादाऽ, मी इथ राहिलो असतो तर तुला ह्याची गरज पडली नसती.

कोठली वेळ कशी येईल सांगता येत नाही. हे जवळ राहू दे.'

'कोठून मिळवलंस ?'

'विकत घेतलंय.'

'मुंबईतल्या गुन्हेगारी विश्वाच्या संपर्कात तर आला नाहीस ?'

'नाही.'

'तुम्ही सदानंद कांबळेची भेट घ्या. त्याच्या ओळखीने कोठे तरी नोकरी मिळते का बघा.'

कबीर कांबळेचा कंठ दाटून आला होता. मंगेश कांबळेचं मन गहिवरून गेलं होतं. लहू मांगाची आरोळी कधी झाली हे त्यांना कळलंही नव्हतं. पहाट झाली होती. महादेवाच्या मंदिरातील घंटानाद ऐकू येत होता. पक्षी चिवचिवाट करत होते. सकाळच्या पहिल्या गाडीनं मंगेश कांबळे, धीरज पगारे आणि संदीप पोळके मुंबईला निघाले होते. कबीर कांबळे आणि सिद्धार्थ पगारे त्यांना निरोप देण्यासाठी आले होते. सुरेखा माने धावत आली होती. गाडीत जाऊन बसली होती.

मंगेश कांबळेबरोबर तीही मुंबईला पळून चालली होती.

❖❖❖

सुरेखा माने पळून गेल्याचं कळाल्यामुळे दीपक मानेनं तुरुंगात आत्महत्या केली होती. सगळा गाव हळहळत होता. नरेंद्र पाटलाला दोष देत होता. 'नरेंद्र पाटलाने सुरेखा मानेला भांडल्यामुळेच ती पळून गेली.' हाच विषय लहानथोरांच्या जिभेवर होता.

दीपक मानेच्या आत्महत्त्येमुळे गावात एक पोकळी निर्माण झाली होती.

❖❖❖

द्रौपदी मंदिराबाहेरचा रस्ता झाडत होती. कचऱ्याचे ढीग गोळा करत होती. विष्णू पुजारी मंदिराच्या खिडकीतून तिचं पाठमोरं शरीर न्याहाळत होता.

सदाशिव मोरे आणि त्याची बहिण रंजना मोरे मंदिरात आले होते. रंजना

मोरे कोमेजली होती. ती बोलत नव्हती. विष्णू पुजारीने तिच्या हातावर खडी साखर आणि बेलपत्र ठेवलं.

सदाशिव मोरेनं तोंडात खडीसाखर टाकली आणि तोंड उघडलं. 'रंजनावर बिब्वे पडत आहेत. तिच्या अंथरुणात टाचण्या सापडत आहेत. तिला झटके येत आहेत. तिच्यावर कोणीतरी करणी केली असणार' सदाशिव मोरे गंभीर होऊन बोलत होता. त्याच्या बोलण्यातून त्याची वेदना टिपकत होती. 'भानामती, चेटूक हे महारामांगांचं काम आहे. त्यांना असली काळी विद्या येते. कोणी तरी चेटूक शिकत असेल आणि त्याचा प्रयोग रंजनावर करत असेल. तुझ्या सोन्यासारख्या बहिणीवर त्याची वाईट नजर गेली असणार' विष्णू पुजारी अत्यंत धूर्तपणे बोलत होता आणि सदाशिव मोरे त्याच्या बोलण्यात अडकत होता. 'मांगाच्या द्रौपदीचा मला संशय येतो. ती मंदिराकडं फिरकत नाही. प्रसाद घेत नाही. हे तिचंच काम असावं' विष्णू पुजारीनं पूडी सोडून दिली होती आणि सदाशिव मोरेच्या मनात संशयानं घर केलं होतं.

रंजना मोरे डोळे मिटून बसली होती. तिच्या शरीरात डमरू निनादत होता. तिने डोळे उघडले. शिवलिंगातून टिपकणारे तीर्थ घेतले. प्राशन केले. ओला हात डोळ्यांवरून, डोईवरून फिरवला. तिने नंदीकडे पाहिले. लहानपणी ती नंदीवर बसली होती म्हणून विष्णू पुजारीने तिला मारले होते. तिला तिचं बालपण आठवले आणि तिचा चेहरा खुलला.

रंजनाचं तारुण्य खवळलेल्या समुद्रासारखं रौद्र झालं होतं. वासनेच्या भरती ओहोटीनं ती व्याकूळ झाली होती. तिला वेडाचे झटके येत होते. ती आपल्या तप्त देहाला थंड करण्यासाठी अघोरी बनली होती. ती आपल्या अंगावर बिब्वे घालत होती. अंथरुणावर टाचण्या पसरून त्यावर झोपत होती. आणि गावभर तिच्यावर चेटूक होत आहे म्हणून चर्चा होत होती. आपल्या तरुण मुलींवरही चेटूक होईल म्हणून घराघरात चिंता पसरली होती. गावात भितीची लाट पसरली होती. महादेवाच्या मंदिरापुढे गर्दी वाढली होती. मंदिराचे उत्पन्न वाढले होते. विष्णू पुजारीचे माहात्म वाढले होते.

विष्णू पुजारीची बायको दुपारची झोप काढत होती. सूर्य उतरणीला लागला होता. विष्णू पुजारी माळवदावर चढला होता. आजूबाजुला कोणीच दिसत नव्हते. विष्णू पुजारीने हातात दोन-तीन दगड घेतले. आणि सर्वशक्तीनिशी नरेंद्र पाटलाच्या घरावर दगड मारले. दगड मारल्या मारल्या तो खाली आला आणि बायकोजवळ झोपी गेला. त्याच्या छातीत धडकी भरली होती.

महादेव कोळीच्या घरावर दगड पडला होता आणि त्याच्या आईचे डोके

फुटले होते. दामोदर पोतदाराच्या अंगणात दगड पडला होता. सगळ्या गल्लीत गोंधळ सुरू झाला होता. 'घरावर दगड पडले. कोणी तरी चेटूक करत आहे' सर्वजण रस्त्यावर जमा होऊन चर्चा करत होते. त्यांचे चेहरे संतापाने आणि भितीने ग्रासले होते.

'चला ऽ मी चेटकीण दाखवतो' सदाशिव मोरेनं जमावाचे नेतृत्त्व केलं होतं. सर्वजण मांगवाड्याच्या दिशेने निघाले होते. शिकार करायला निघाल्याप्रमाणे जमाव चालत होता. जमाव प्रक्षुब्ध झाला होता.

द्रौपदी घरकाम करत होती. तिचा मुलगा राजा अभ्यास करत होता. सदाशिव मोरे तिच्या झोपडीत घुसला. त्याच्या पाठोपाठ महादेव कोळी आणि दामोदर पोतदार आत गेले. त्यांनी द्रौपदीचे केस पकडून तिला ओढत बाहेर आणलं. ती ओरडत होती. रडत होती. झोपडीबाहेर जमाव उभा होता. 'तिला गावात घेऊन चला' जमावातून कोणीतरी ओरडलं. द्रौपदी रडू लागली. लोकांच्या हातापाया पडू लागली. तिचं कोणीच ऐकत नव्हतं. तिला ओढत नेत होते. जमाव ओरडत होता. तिला लाथा-बुक्क्या घालत होता. तिला फरफटत नेत होता तिची साडी फिटली होती. सदाशिव मोरेनं तिची चोळीही फाडून टाकली. तिला नग्न केलं. 'हिची धींड काढा. त्याशिवाय दहशत बसणार नाही.' कोणी तरी ओरडलं आणि तिची गावातून नग्न धींड सुरू झाली.

महाभारतात द्रौपदी विवस्त्र झाली नव्हती पण स्वतंत्र भारतात मात्र ती विवस्त्र झाली होती. कारण ती दलित होती. जमाव गोलाकार उभा राहून तिच्याकडे पाहत होता. त्यांच्या नजरा पिसाळल्या होत्या. ती नग्न उभी होती. तिच्या शरीराला भाले फुटले होते. सर्वत्र भयावह शांतता पसरली होती.

द्रौपदीची नग्न धींड काढल्याची बातमी भीमनगरमध्ये पोहचली होती आणि सर्वत्र खळबळ उडाली होती. सुरुंगाचा स्फोट व्हावा तसा कबीर कांबळे उठला होता. कबीर कांबळे गावात गेला तर त्याचीही तात्या कांबळेप्रमाणे हत्या होईल म्हणून त्याच्या बायकोने त्याचे दोन्ही पाय धरून ठेवले होते. कबीरला त्याच्या आईने आवळून धरले होते. कबीर कांबळेनं त्या दोघींना लाथाडले आणि घराबाहेर पडला. रोहित कांबळे त्याच्याही पुढे धावत होता.

सिद्धार्थ पगारे आणि काशिनाथ पोळके वाचनालयात होते. गोंधळ ऐकून ते बाहेर आले. त्यांना परिस्थितीची कल्पना आली. काशिनाथ पोळकेच्या आईनं त्याला अडवलं. 'आई ऽ बाजूला हो. नाही तर तुझ्या छातीवर पाय देऊन पुढे जाईन.' काशिनाथ पोळकेचा चढलेला आवाज पाहून ती आपोआप बाजूला झाली होती.

आपली तरुण मुलं गावात गेले आहेत, आपण मागे राहून उपयोग काय म्हणून भीमनगरमधले लहान-थोर गावाच्या दिशेने आरडाओरड करत निघाले होते.

आरडाओरड ऐकून गावातला जमाव पसार झाला होता. महादेवाच्या मंदिरापुढल्या पटांगणात द्रौपदी दगडी पुतळ्यासारखी नि:श्चल उभी होती.

मंदीर मुके झाले होते. धर्म अधर्म झाला होता. मंदिराच्या कळसावर कावळा बसून ओरडत होता. 'इथे माणूसकी मरून पडली आहे' भीमनगरमधली माणसं आली आणि त्यांनी द्रौपदीला उचलून नेलं. गाव मात्र आंधळ्या धृतराष्ट्रासारखा पाहत होता.

❖❖❖

'गावात तणाव वाढतोय.' कबीर कांबळे

'सामाजिक तणावावरच हिंदू समाजाची निर्मिती झाली आहे. उच्चवर्णीयांनी नीचवर्णीयांना सामाजिक प्रतिष्ठा नाही दिली तर सामाजिक संघर्ष भडकणारच आहे.' काशिनाथ पोळके

'मी तर गाव सोडून देईन. धर्म सोडून देईन. पण जातीयवाद्यांशी हातमिळवणी करणार नाही.' सिद्धार्थ पगारे

'धर्मान्तर न करणाऱ्यांचे काय ?' कबीर कांबळे

'दलितांमध्ये स्वाभिमानाची जाण ज्या प्रमाणात वाढेल त्या प्रमाणात दलितांचे धर्मान्तर होईल.' रोहित कांबळे

'हिंदू धर्माचा त्याग केल्याने हिंदू धर्मातील जातिव्यवस्था नष्ट होणार नाही. आपल्याला जातिव्यवस्था नष्ट करावयाची आहे. मानवी मूल्यांच्या आधारावरच चळवळी कराव्या लागतील. चळवळींना धर्माचे अधिष्ठान देता येणार नाही. इथल्या बहुजनांना सोबत घेऊन मानव मुक्तीचा लढा तीव्र करावा लागेल.' कबीर कांबळे

'मी धर्मान्तराच्या चळवळीला गती देणार.' रोहित कांबळे

'मी जाती अंताच्या लढ्याला गती देणार.' कबीर कांबळे

कबीर कांबळे, रोहित कांबळे, सिद्धार्थ पगारे आणि काशिनाथ पोळके एकत्र जमून चर्चा करत होते. गावातल्या तणावाच्या पार्श्वभूमीवर ते चिंतीत झाले होते. दोन दिवसांत तात्या कांबळे खून खटल्याचा निकाल लागणार होता. सुरेखा माने मंगेश कांबळेबरोबर पळून गेली होती. दीपक मानेनं आत्महत्त्या केली होती. नरेंद्र

पाटील पोलिस कस्टडीतून बाहेर आला होता. गावातल्या तरुणांनी भीमनगरमध्ये फिरून घोषणा दिल्या होत्या.

'मंगेश कांबळे, धीरज पगारे आणि संदीप पोळकेनं गाव सोडलं. मीही गाव सोडून देईन. काही काळ तरी मी शहरात जाईन' काशिनाथ पोळके.

'मी गाव सोडणार नाही. मी गावातच राहीन. गावात राहण्यासाठी तडजोडी कराव्या लागल्या तर त्या करेन' कबीर कांबळे.

'गावाला शरण जाणार ?' सिद्धार्थ पगारे.

'जाईन. गावकी करेन. नाच करेन. पण गावात राहीन' कबीर कांबळे.

त्यांच्यातला वाद संपण्याऐवजी विकोपाला चालला होता. रोहित कांबळे तर द्विधा अवस्थेत सापडला होता. एकीकडे आईची प्रकृती आणि दुसरीकडे सोनाली ह्यात तो भरडला जात होता. खटल्याचा निकाल लागल्यावर त्याचा आईवर आणि सोनालीवर काय परिणाम होईल ह्याचाच तो विचार करत होता.

❖❖❖

गावातील अनेकजण निकाल ऐकण्यासाठी निघाले होते. आज प्रत्येक बसला गर्दी झाली होती. शाळाही लवकर सोडली होती. पोलीस बंदोबस्तात वाढ केली होती. पोलीस चौकीतला फोन रोजच्या पेक्षा आज जास्त वाजत होता. ना. सदानंद कांबळेंचे स्वीय सहायक पंडित कानडे ह्यांनी अचलपूर पोलीस चौकीत फोन करून परिस्थितीची माहिती करून घेतली होती.

सविता कांबळे, रोहित कांबळे, काशिनाथ पोळके आणि सिद्धार्थ पगारे निकाल ऐकण्यासाठी निघाले होते. जाता जाता ते कबीर कांबळेच्या घरापुढे थांबले. 'न्यायालयानं त्यांना जर निर्दोष सोडलं तर मला निवडणुकीत नाच करावा लागेल. त्यामुळे मला तयारी करावी लागेल. मी कोर्टात येणार नाही.' कबीर कांबळेनं शांतपणे उत्तर दिलं होतं. 'तुम्हाला नाच करावा लागणार नाही. त्यांना शिक्षा होईल. तुम्ही विश्रांती घ्या.' सविता कांबळेनंही तितक्याच शांतपणे कबीर कांबळेची समजूत काढली होती. 'ते निर्दोष सुटले तर मी आत्मदहन करेन' काशिनाथ पोळके अत्यंत त्वेषाने बोलला होता. सिद्धार्थ पगारेनं त्याला आवरलं होतं. भीमनगरमध्ये बंदोबस्तासाठी असलेल्या पोलिसांनी त्यांना शांतता राखण्याची सूचना केली होती.

बसमध्ये गर्दी झाली होती. हेमा पंडित गर्दीतून वाट काढत पुढे सरकत

होती. तिच्या काखेत दोन वर्षांची मुलगी, हातात बॅग होती. काही दिवसांसाठी ती माहेरी निघाली होती. रोहित कांबळेनं उठून हेमा पंडितला जागा दिली. हेमा पंडित सविता कांबळे शेजारी बसली. तिच्या मनातली घालमेल तिच्या चेहऱ्यावर जाणवली होती. रोहित कांबळे त्या दोघींकडे पाहत होता. त्या दोघीही परिस्थितीच्या बळी होत्या. हिंदू धर्मानं त्यांना विस्थापित केलं होतं. आता त्यांचं पुनर्वसन कसं करणार ? कंडक्टर गर्दीला पुढे सरकवत होता.

न्यायालयाच्या आवारात गर्दी झाली होती. पोलीस बंदोबस्त कडक होता. निकाल ऐकण्यासाठी दलित कार्यकर्त्यांनी गर्दी केली होती. सर्वांची उत्सुकता शिगेला पोहचली होती. पत्रकार, फोटोग्राफर, कॅमेरामन गर्दीत फिरताना दिसत होते. लोक गटागटात उभे राहून चर्चा करत होते.

सर्वजण निर्दोष सुटले होते.

गर्दी कोर्टाच्याबाहेर पडत होती. काशिनाथ पोळकेनी स्वत:ला पेटवून घेण्याचा प्रयत्न केला होता. पोलिसांनी त्याचा प्रयत्न हाणून पाडला होता. त्याला तातडीने उपचारासाठी शासकीय दवाखान्यात नेलं होतं.

शासकीय दवाखान्याच्या आवारात दलित कार्यकर्ते मोठ्या संख्येने जमा झाले होते. प्रा. राहूल बनसोडे, भीमा भोळे, रमा बाबर, मिलिंद कांबळे आणि रमा बाबर एकत्र जमून चर्चा करत होते. त्यांनी संतप्त प्रतिक्रिया व्यक्त केल्या होत्या. 'आम्ही हाय कोर्टात अपिल करू. तिथं आम्हाला न्याय मिळेल' प्रा. राहूल बनसोडे विलास पवारला आपली प्रतिक्रिया देत होता.

सविता कांबळे, रोहित कांबळे आणि सिद्धार्थ पगारे काशिनाथ पोळकेच्या कॉटशेजारी बसून होते.

अचलपूरमध्ये मात्र आनंदाला भरते आले होते. सर्वजण निर्दोष सुटल्यामुळे गावकऱ्यांना आनंद झाला होता. गावात मिरवणूक काढण्याची पूर्वतयारी सुरू झाली होती. महादेवाच्या मंदिरात वर्दळ वाढली होती. गावातल्या मुख्य रस्त्याने मिरवणूक जाणार असल्याने द्रौपदी रस्त्याची सफाई करत होती.

मधुकर कावळेची गाडी सर्वात पुढे धावत होती. त्या पाठोपाठ लक्झरी बस धावत होती. बसमध्ये निर्दोष सुटलेले तरूण बसले होते. शिवशक्तीचे कार्यकर्ते होते. बँड पथक होते. गुलाल, फटाके, पेढ्यांचे बॉक्स आणि पुष्पहारांची करंडी ठेवली होती. गाडीत जोरजोराने हास्यविनोद चालला होता. निर्दोष सुटलेल्या

तरुणांच्या अंगावर नवीन कपडे होते. मधुकर कावळेनं सर्वांना आहेर केला होता.

सर्वजण महादेवमंदिरात जाऊन शिवाचं दर्शन घेणार होते. त्यानंतर मिरवणुकीने कावळेच्या वाड्यावर जाणार होते. मिरवणुकीच्या मार्गावर पोलीस फिरत होते.

सूर्य अस्ताला जात होता आणि वाहनं महादेवाच्या मंदिराजवळ येऊन थांबली होती. महादेवाच्या दर्शनासाठी रांग लागली होती. बँड वाजत होता. फटाके उडत होते. गुलाल उधळला जात होता. 'हर हर महादेवऽ'च्या घोषणांनी वातावरण दुमदुमून गेलं होतं. बँडच्या तालावर स्त्री वेशातला कबीर कांबळे नाचत होता. गर्दीतला जोश पाहून लहू मांगही कबीर कांबळेबरोबर नाचू लागला. मिरवणूक पुढे सरकू लागली. नरेंद्र पाटील, बाजीराव चव्हाण आणि विष्णू पुजारी मिरवणुकीतून पेढे वाटत फिरत होते. त्यांचे चेहरे गुलालाने माखले होते. भीमनगरमधील लहान मुलं मिरवणूक पाहण्यासाठी आले होते. बायका दारात उभं राहून मिरवणूक पाहत होत्या. काहीजण गच्चीवरून मिरवणुकीची शोभा पाहत होते.

सोनालीनं पांढरी शुभ्र साडी परिधान केली होती. वेणीत गजरा माळला होता. दागदागिन्यांनी ती नटली होती. कावळेच्या नोकरांनी वाड्याला तोरणं बांधली होती. वाड्यापुढे रांगोळी घातली होती. श्रीपतरावांनी जरतारी फेटा बांधला होता. सोनाली आरती तयार करत होती. काशीबाईनं देवघरात दिवा लावला होता. सर्वांनी आज नवीन कपडे घातले होते. सुधाकर वाड्याच्या दारात उभा राहून फटाके उडवत होता. वाड्याजवळच्या पिंपळावरील वटवाघुळं आवाजानं उडून गेली होती.

मिरवणूक वाड्याजवळ येऊन पोहोचली होती. सोनाली, काशीबाई, पार्वतीबाई, श्रीपतराव, सुधाकर, भूताळी आणि नोकर-चाकर वाड्याच्या दारात उभे होते. वाद्यांचा आवाज वाढला होता. मिरवणूक वाड्यापुढे पोहोचली होती. नरेंद्र पाटील, बाजीराव चव्हाण आणि मधुकर कावळेही बँडच्या तालावर नाचत होते. विष्णू पुजारी त्यांच्यावर पैसे उधळत होता.

प्रभाकर कावळे गर्वाने फुलून आला होता. त्याच्या पाठोपाठ सुरेश चव्हाण, रवी मोरे, शंकर पुजारी, सतीश कुलकर्णी, गुणवंत पाटील, अनंत कलशट्टी आणि नागनाथ बलशेटवार उभे होते. सोनाली प्रभाकरला ओवाळत होती. सर्वांच्या नजरा त्यांच्यावरच खिळल्या होत्या. फटाक्याच्या माळा पेटल्या होत्या. वातावरण बेहोषीनं भारलं होतं.

अचानक प्रभाकर कावळेचा देह जमिनीवर कोसळताना दिसला. सोनालीची किंकाळी ऐकू आली. तिच्या हातातली आरती खाली पडली होती. तिच्या अंगावर रक्ताच्या चिळकांड्या उडाल्या होत्या. गर्दीत गोंधळ उडाला होता. धावपळ सुरू

झाली होती. निर्दोष सुटलेले तरूण जीव वाचवण्यासाठी फाशीच्या डोंगराकडे पळत सुटले होते. सर्वत्र कोलाहल माजला होता. बँड पथकाने आपली वाद्ये टाकून पलायन केले होते. पोलिसांनी बघ्यांची भूमिका घेतली होती. गर्दीला आवरणं शक्य नव्हतं.

मधुकर कावळेनं प्रभाकरचा जखमी देह गाडीत टाकला होता. पोलिसांनी त्याला मदत केली आणि गर्दीतून गाडीला वाट काढून दिली होती. मधुकर कावळे, रामभाऊ, सोनाली, श्रीपतराव, भूताळी आणि काशीबाई गाडीत बसले होते आणि गाडी दवाखान्याच्या दिशेने धावू लागली होती. काशीबाई आक्रोश करत होती. भूताळी प्रभाकर कावळेचा देह सांभाळत होता.

पोलिसांनी तात्या कांबळे रोडवर सौम्य छडीमार केला होता. पोलिसांच्या शिट्ट्या आणि पळणाऱ्या पावलांचे आवाज ऐकून घराघरांचे दरवाजे बंद झाले होते. मराठे हवालदारने वाड्याकडे पाहिले. वाड्याच्या दारात वेडसर चाळे करत सुधाकर उभा होता. जणू जमिनदारीचे हे शेवटचे वेडविद्रे अवशेषच वाटत होते. मराठे हवालदारनी त्याला वाड्यात जाण्याची सूचना केली. सुधाकरने मराठे हवालदारला सलामी ठोकली आणि वाड्याचे दार बंद करून घेतले.

पार्वतीबाई देवघरात डोळे मिटून बसली होती. 'प्रभाकर बरा व्हावा' म्हणून ती नवस करत होती.

मराठे हवालदार फोनवर कंट्रोलरूमला माहिती देत होते, "मिरवणूक कावळेच्या वाड्याजवळ पोहोचल्यानंतर रात्री सव्वा आठच्या सुमारास कबीर कांबळेने आपल्याजवळ लपवलेल्या पिस्तूलने प्रभाकर कावळेवर जवळून गोळ्या झाडल्या. प्रभाकरच्या शरीरात तीन गोळ्या घुसल्या आहेत. मधुकर कावळेबरोबर आताच मोबाईलवर बोलणे झाले. प्रभाकर कावळे मरण पावला आहे. त्याला शासकीय रुग्णालयात नेले आहे. कबीर कांबळे पोलिसांच्या स्वाधीन झाला आहे. गोळीबारानंतर झालेल्या चेंगराचेंगरित विष्णू पुजारी मरण पावला आहे. काहीजण किरकोळ जखमी झाले आहेत. गावातली परिस्थिती पूर्णपणे नियंत्रणाखाली आहे."

गट तट विसरून सर्व दलित कार्यकर्ते शासकीय रुग्णालयात जमा झाले होते. 'पुनरुज्जीवनवादी शक्ती फोफावत आहेत. आपण गटतट विसरून एकत्र आलं पाहिजे' प्रा. राहूल बनसोडे तळमळीनं बोलत होता. भीमा भोळे, चंद्रकांत अंभोरे, रमा बाबर, मिलिंद कांबळे, सिद्धार्थ पगारे, रोहित कांबळे एकत्र बसून चर्चा करत होते. काशिनाथ पोळकेला सलाईनवर ठेवलं होतं. त्याच्या शेजारी सविता कांबळे बसून होती.

शासकीय रुग्णालयात मधुकर कावळेची गाडी आल्याचं सिद्धार्थ पगारेला

शासकीय रुग्णालयात मधुकर कावळेची गाडी आल्याचं सिद्धार्थ पगारेला दिसलं. त्याने त्या गाडीकडं सर्वांचं लक्ष वेधलं. गाडीतून मधुकर कावळे अगोदर उतरला. त्याच्या पाठोपाठ गाडीतले सर्वजण उतरले. काशीबाई आक्रोश करत होती. रामभाऊ गलितगात्र होऊन जमिनीवर बसला होता. सोनालीचे कपडे रक्ताने लाल झाले होते. श्रीपतराव थरथरत उभे होते. भूपाळी आणि मधुकर कावळे प्रभाकरचं शव बाहेर काढण्याचा प्रयत्न करत होते.

दलित कार्यकर्ते त्यांच्या मदतीला धावले

प्रभाकर कावळेचं प्रेत उचलून बाहेर काढलं. कार्यकर्त्यांनी धावपळ करून स्ट्रेचर आणले. दवाखान्यात धांदल उडाली. दलित कार्यकर्त्यांनी ओळखीच्या डॉक्टरांना बोलावून घेतलं. सोनाली रोहित कांबळेच्या गळ्यात पडून रडत होती. रोहितने तिला आधार दिला होता.

दलित कार्यकर्त्यांनी वैमनस्य विसरून मदतीचा हात पुढे केला होता. दलित कार्यकर्त्यांची माणुसकी पाहून मधुकर कावळे गदगदून गेला होता.

प्रभाकर कावळेची हत्या झाल्याचं कळाल्यामुळे काशिनाथ पोळके जोरजोरानं हसत होता. त्याने सलाईन तोडून टाकली होती. सविता कांबळेनं त्याला पकडून ठेवलं होतं. वार्डातला गोंधळ पाहून नर्स आणि डॉक्टर धावून आले होते. 'मला सोडाऽ मला प्रभाकर कावळेचं प्रेत पाहायचंय' आणि तो मोठमोठ्यानं हसत होता.

सर्वांनी त्याला घट्ट पकडून ठेवलं होतं.

दलित कार्यकर्ते झालं गेलं विसरून मधुकर कावळेला मदत करत होते. दवाखान्याच्या व्हरांड्यात धावपळ सुरू झाली होती. पोलीस व्हॅन आली. पोलिसही त्या धांदलीत सामील झाले. मी मात्र सर्वांपासून अलिप्त होतो.

मी दवाखान्याबाहेर पडलो. टेलिफोन बूथमध्ये शिरलो. सदानंदला फोन लावला. फोनवर पंडित कानडे होता. 'साहेबांना जोडून दे. अर्जंट बोलायचं आहे' माझ्या आवाजातील घाई पाहून कानडेनं मला हटकलं. 'काय विशेष ?' मीही तत्काळ बोललो 'प्रभाकर कावळे संपला' पंडित कानडे तिकडून निर्विकारपणे बोलत होता. 'ही बातमी जुनी झाली. मणिकचंदचा फोन आला होता. त्याचं आणि साहेबांचं बोलणं झालंय' मी अवाक् झालो होतो. पंडित कानडे खट्याळपणे बोलत होता, 'ताजी बातमी ऐकायची का ?' माझ्या डोक्यात भोवरा फिरत होता. 'सांग.' पंडित कानडे अगदी शांतपणे बोलत होता. 'कोर्टाचा निकाल लागण्यापूर्वी मधुकर कावळेनं मणिकचंदची भेट घेतली. पाच पेट्या दिल्या.' माझ्या

डोक्यातील भोवरा अधिकच गरगरत होता. 'साहेब नाराज आहेत. मणिकचंद आणि गोपीचंद साहेबांच्या नावाचा गैरवापर करून झोळ्या भरत आहेत' पंडित कानडे फोनवर माझी प्रतिक्रिया ऐकण्यासाठी उत्सुक होता. मी काहीच बोललो नाही. माझं मौन मलूल झालं होतं. 'नंतर फोन कर' पंडित कानडे फोन ठेवण्याची घाई करत होता. 'साहेबांना दे मी बोलतो' मी त्याला थांबवलं. 'साहेब सध्या परदेशी पाहुण्यांबरोबर बोलत आहेत. उद्या सकाळी बोल. सकाळी त्यांचा मूड चांगला असतो. मी सांगतो, तुझा फोन आला होता म्हणून' पंडित कानडेनं फोन ठेवला होता.

टेलिफोन बूथमधून मी बाहेर पडलो. रोड क्रॉस केला. तोच हिरव्या रंगाची टाटा सिएरा माझ्याजवळ येऊन थांबली. ज्याचं नाव काढावं तेच हजर. ही भूतं शंभर वर्षे जगणार. मणिकचंदनं काच खाली घेतली. 'चलऽ बसऽ' त्याच्या आवाजात हुकूम होता. मी गाडीत बसलो. गाडीत शैला सातपुते बसली होती. ती मणिकचंदच्या गॅस एजन्सीमध्ये अकाउंटचं काम पाहत होती.

'कुठं जायचं ?' मी.

'माल दिसत नाही का ?' मणिकचंद.

शैला सातपुते गुदगुल्या झाल्यासारखं हसत होती. मी जाळं टाकावं तसा कटाक्ष टाकला. नवीन साडीत तिचा शेप सुंदर दिसत होता. तिने सेंट लावला होता. मेकअप केला होता. गजरा बांधला होता. ती नववधूसारखी बावरली होती. जणू हनिमूनला निघाल्याच्या आविर्भावात ती बसली होती. मला राहावलं नाही. मी तिला विचारलं, 'इतक्या रात्री बाहेर कशी ?' टाळी द्यावी तशा थाटात ती बोलली. 'घरातल्या सगळ्यांना माहीत आहे. पप्पानीच जा म्हणून सांगितलं. मणिकचंद आणि गोपीचंद मंत्र्याच्या जवळचे आहेत. त्यांची ओळख वाढव. फायदा करून घे.' शैला सातपुते स्वप्नवत बोलत होती.

शैला सातपुतेनं तिचा पाय माझ्या पायावर ठेवला. तिच्या मुलायम तळव्याचा स्पर्श माझ्या शरीरावर पसरला. तिच्या कौमार्यानं मला अजगरासारखं वेढलं.

गोपीचंदने गाडीचा वेग कमी केला. रोडवर दलित कार्यकर्त्यांची

गर्दी उसळली होती. ते तात्या कांबळे खून खटल्याच्या निकालाची प्रतिकात्मक होळी करत होते. होळी पेटली होती आणि ते बोंबलत होते.

मला चळवळ आठवली. साठ टक्के भाजलेल्या स्त्रीसारखी चळवळीची अवस्था झाली होती. चळवळीवर शस्त्रक्रिया करण्याची गरज असताना मलमपट्ट्या केल्या जात होत्या.

शैला सातपुतेच्या पायाखालून मी माझा पाय काढून घेतला. आणि तिच्या पायावर पाय ठेवला. गाडीला असलेल्या साईड ग्लासमधून मागे पाहिले. दलित कार्यकर्त्यांनी रस्त्यावरील वाहनं अडविली होती आणि धुडगूस घातला होता.

गाडी शहराबाहेर पडत होती. शेवटचे सिग्नल लागले. गाडी थांबली. पाच-सहा हिजडे आले. माणिकचंदने काच खाली घेतली. एका हिजड्याने माणिकचंदच्या हाताचा किस घेतला. माणिकचंदने त्याला पाच रूपये दिले. हिजड्यांनी टाळ्या वाजवून आनंद व्यक्त केला. सिग्नल पडले. गोपीचंदने गाडी पुढे काढली.

माणिकचंदच्या हाताचा किस घेणारा हिजडा आठवला. टाळ्या वाजवणारे हिजडे आठवले. मला टाळ्यांचा आवाज ऐकू येऊ लागला. माझ्या पँटमध्ये सरडा घुसल्यासारखा वाटला. मी पटकन् पँट झटकली. शैला सातपुते दूर सरकली. माझ्या माड्यांत चिकटपणा जाणवला. मी हादरलो. माझे पुरुषत्व नष्ट झाले होते. माझा कायापालट होत होता. माझे लिंग बदलले होते. छाती सुजली होती. शैला सातपुतेकडे पाहिलं. मला तिची साडी आवडली. मला साडी नेसावं वाटू लागलं. गजरा बांधावा वाटू लागला.

मी शैला सातपुतेकडून पर्स मागून घेतली. पर्समधून टिकली काढली. लावली. काजळ लावला. लिपस्टिक लावले. कंगवा घेतला आणि शैला सातपुतेसारखा सरळ भांग पाडला. ती हसू लागली. 'माणिकचंद, तुमचा हात द्या' माझा आवाज बदलला होता. मी माणिकचंदच्या हाताचा किस घेतला. माणिकचंदही हसू लागला. गोपीचंदही हसू लागला. मी टाळी वाजवली. सर्वजण हसू लागले. मी मात्र हिरमुसलो होतो. माझा कायापालट कसा झाला ? हा कसला चमत्कार ? एका क्षणात, इतक्या

झट्कन ? मी विचार करू लागलो. माझी स्मृती कमजोर झाली होती. विचारांना अर्धांगवायू झाला होता. तरीही मी स्वत:चा शोध घेत होतो. ही नपुंसक होण्याची प्रक्रिया आजची नाही. ती फार मोठी प्रोसेस आहे. जेव्हा मी चळवळीपासून विभक्त झालो होतो, तेव्हा माझ्यात नामर्दपणाची लागण झाली होती.

आता लक्ष्मीचं काय होईल ? लक्ष्मीचा करारी आवाज आठवला 'दारू पिऊन बाबासाहेबांवर टीका करता. लोकात बोला म्हणजे कळेल. बाबासाहेबांवर टीका केलेलं कोणी सहन करणार नाही. तुम्ही स्वत:ला विकलंय आणि आता बाबासाहेबांनाही विकायला काढलंय.' तिचा धारदार आवाज मला नेहमीच निरुत्तर करायचा.

शैला सातपुते, माणिकचंद आणि गोपीचंद माझ्याकडे पाहून हसत होते. मी मात्र माणिकचंदचा हात पकडून निष्ठेनं चुंबन घेत होतो.

www.ingramcontent.com/pod-product-compliance
Lightning Source LLC
Chambersburg PA
CBHW031312280626
47169CB00018B/1243
* 9 7 8 8 1 7 2 9 4 4 2 6 1 *